பாரதியும் காந்தியும்

பாரதியும் காந்தியும்
தொகுப்பும் பதிப்பும்
ய. மணிகண்டன் (பி. 1965)

தமிழ் யாப்பியல், சுவடிப்பதிப்பியல், பாரதியியல், பாரதிதாசனியல் ஆகிய களங்களில் குறிப்பிடத்தக்க பங்களிப்புகளை நிகழ்த்தியுள்ள முனைவர் ய. மணிகண்டன் தஞ்சை சரசுவதி மகால் நூலகத் தமிழ்த் துறையில் பத்தாண்டுகளுக்கும்மேல் பணியாற்றியவர்; சென்னைப் பல்கலைக்கழகத் தமிழ்மொழித் துறையின் பேராசிரியர்–தலைவராகப் பணியாற்றி வருபவர். 'தமிழில் யாப்பிலக்கணம்: வரலாறும் வளர்ச்சியும்', 'நேரிசை வெண்பா இலக்கியக் களஞ்சியம்', 'பாரதிதாசன் யாப்பியல்', 'பாரதிதாசனின் அரிய படைப்புகள்', 'பாரதிதாசன் இலக்கியம்: அறியப்படாத படைப்புகள்', 'மகாகவி பாரதியும் சங்க இலக்கியமும்', 'ந. பிச்சமூர்த்தி கட்டுரைகள்', 'பாரதியியல்: கவனம்பெறாத உண்மைகள்', 'பாரதியின் இறுதிக்காலம்: கோவில் யானை சொல்லும் கதை', 'மணிக்கொடி மரபும் பாரதிதாசனும்', 'மணிக்கொடி கவிதைகள்', 'புதுவைப் புயலும் பாரதியும்' உள்ளிட்ட முப்பதிற்கும் மேற்பட்ட நூல்களை ஆக்கியவர்.

பாரதியும் காந்தியும்

தொகுப்பும் பதிப்பும்
ய. மணிகண்டன்

காலச்சுவடு பதிப்பகம்

அன்பார்ந்த வாசகருக்கு,

வணக்கம்.

காலச்சுவடு நூலை வாங்கியமைக்கு நன்றி.

நூலின் உள்ளடக்கம், உருவாக்கம், அட்டைப்படம் இன்ன பிற அம்சங்கள் பற்றிய உங்கள் கருத்துகளையும் ஆலோசனைகளையும் காலச்சுவடு வரவேற்கிறது. தகவல், எழுத்து, வாக்கியப் பிழைகள் தென்பட்டால் கட்டாயம் தெரிவித்து உதவுங்கள். நூல் தயாரிப்பில் கடும் குறைபாடு இருப்பின் மாற்றுப் பிரதி உங்களுக்குக் கிடைக்கக் காலச்சுவடு ஏற்பாடு செய்யும்.

மின்னஞ்சல்: publisher@kalachuvadu.com

காலச்சுவடு நாகர்கோவில் தலைமையகத்துக்கும் கடிதம் அனுப்பலாம்.

தங்கள்
எஸ்.ஆர். சுந்தரம் (கண்ணன்)
பதிப்பாளர் — நிர்வாக இயக்குநர்

பாரதியும் காந்தியும் ✽ தொகுப்பும் பதிப்பும்: ய. மணிகண்டன் ✽ பதிப்புரிமை: ய. மணிகண்டன் ✽ முதல் பதிப்பு: பிப்ரவரி 2022, ஐந்தாம் பதிப்பு: ஆகஸ்ட் 2023 ✽ வெளியீடு: காலச்சுவடு பப்ளிகேஷன்ஸ் (பி) லிட்., 669 கே.பி. சாலை, நாகர்கோவில் 629001

paaratiyum kaantiyum ✽ Compilation on Subramania Bharati and Gandhi ✽ Compilation, editorial format and arrangement: Ya. Manikandan ✽ © Y. Manikandan ✽ Language: Tamil ✽ First Edition: February 2022, Fifth Edition: August 2023 ✽ Size: Demy 1 x 8 ✽ Paper: 18.6 kg maplitho ✽ Pages: 216

Published by Kalachuvadu Publications Pvt. Ltd., 669 K.P. Road, Nagercoil 629001, India Phone: 91-4652-278525 ✽ e-mail: publications@kalachuvadu.com ✽ Printed at Clicto Print, Jaleel Towers, 42 KB Dasan Road, Teynampet Chennai 600018

ISBN: 978-93-5523-187-1

08/2023/S.No. 1069, kcp 4635, 18.6 (5) uss

காலவரிசையில் பாரதி படைப்புகள்
என்னும்
கனவை நனவாக்கிய

பாரதியியல் முன்னோடி

சீனி. விசுவநாதன் அவர்களுக்கு....

உள்ளுறை

முன்னுரை: மகாகவியும் மகாத்மாவும் 13
பகுதி 1 பாரதி பார்வையில் காந்தி 37
பாரதி கவிதைகளில் காந்தி
  1. மஹாத்மா காந்தி பஞ்சகம் 39
  2. ஸ்ரீ பாரத மாதா நவரத்ந மாலை 41
  3. இந்தியாவின் அழைப்பு 45

பாரதி கட்டுரைகளில் காந்தி
  1. திரான்ஸ்வாலில் நமது சகோதரர்கள் 48
  2. நாஜரத்தில் சென்னைக் கவர்னர் 49
  3. திரான்ஸ்வாலிலிருந்து வந்த தமிழர் முறையிடுவது 51
  4. ஸ்ரீமான் மோஹனலால் கே. காந்திஸிங் 54
  5. விறகு வெட்டியாயும் தண்ணீர் தூக்கியாயும் இந்தியர்களுக்கு எத்தனை காலம்? 55
  6. இவ்வருஷத்திய பாரத ஜாதீய மகாசபை 60
  7. சித்திர விளக்கம் [இந்தியா: கருத்துப்படத்தில் காந்தி] 62
  8. திரான்ஸ்வால் இந்தியர்கள் 65
  9. ஸ்ரீ பாரத நாட்டின் புதிய புண்ய ஸ்தலங்கள் 68
  10. தென் ஆப்ரிக்காவுக்குப் போகும் கூலிகளைத் தடுத்தல் 71
  11. தென் ஆப்பிரிக்கா ஐக்கிய சட்டசபை 73
  12. தராசு: ஸ்ரீமான் காந்தியின் கொள்கைகள் 75

13. பல	78
14. தமிழ் வளர்த்தல்	79
15. யேசு கிறிஸ்துவின் வார்த்தை	82
16. பெண் விடுதலைக்குத் தமிழப் பெண்கள் செய்யத்தக்கது யாது?	86
17. திருவிளக்கு	90
18. கால நிலை: ஒரு விநோதம்	97
19. இஸ்லாம் மதத்தின் மகிமை	100
20. எகிப்தின் விடுதலை	114
21. தென் இந்தியா வியாபாரம்	117
22. விநோதக் கொத்து	123
23. சுதேசமித்திரன் பத்திரிகையும் தமிழ்நாடும்	125
24. உலக விநோதங்கள்	129
25. ஒளிர்மணிக் கோவை	131
26. ரங்கூன் ஸர்வகலா ஸங்க பஹிஷ்காரம்	132
27. ஹாஸ்யம்	135
28. தீப்பொறிகள்	138
29. மணித் திரள்	143
30. ஒரு கோடி ரூபாய்	145
31. நவீன ருஷ்யாவில் விவாக விதிகள்	148
32. இந்தியாவில் விதவைகளின் பரிதாபகரமான நிலைமை	152
33. Political Evolution in the Madras Presidency	156
பாரதி சொற்பொழிவில் காந்தி	157
பகுதி 2 காந்தி பார்வையில் பாரதி	159
1. இந்தியன் ஒப்பீனியன் பதிவில் பாரதியின் 'பால பாரதா'	161
2. காந்தி கடிதக் குறிப்புகள்	162
3. காந்தி கடிதக் குறிப்புகள்	163
4. பாரதி பாடல்களுக்குத் தடை	164
5. பாரதி பாடல் மொழிபெயர்ப்புகள்	166

6. பாரதி மணிமண்டபத்திற்குக் காந்தி தமிழில் எழுதிய வாழ்த்து	195
பகுதி 3 காந்தி – பாரதி சந்திப்பு	197
உடனிருந்தோர் பதிவுகள்	
1. அமிர்தா	199
2. வ.ரா.	201
3. இராஜாஜி	204
பிறர் பதிவுகள்	
1. பாரதிதாசன்	207
2. க.நா.சு.	211
துணைநூற்பட்டியல்	213

முன்னுரை

மகாகவியும் மகாத்மாவும்

காந்தியைப் பற்றிப் பாரதி ஏராளமாக எழுதியிருக்கின்றார்; போற்றியிருக்கின்றார்; சில கருத்து மாறுபாடுகளையும் வெளிப்படுத்தி யிருக்கின்றார். ஆனால் இவை ஒருசேரத் தமிழ்ச் சமூகத்தில் கவனம் பெற்றதில்லை.

தாகூரும் சரோஜினி நாயுடுவும் காந்தியோடு இணைத்துப் பேசப்பெறும் அளவிற்கான தொடர்பு காந்தியோடு பாரதிக்கு வாய்க்கவில்லைதான். ஒரே ஒருமுறைதான் காந்தியும் பாரதியும் சந்திக்க நேர்ந்தது. எனினும் பிறிதொரு பரிமாணத்தில் இடைவெளிகளோடுகூடிய பதினான்கு ஆண்டுகள் காந்தியைப் பாரதி உற்று நோக்கி அவரது வளர்ச்சி வரலாற்றை - செயல்பாடுகளை - பணிகளைப் பிரதிபலித்து வந்திருக்கின்றார். தாகூரும் சரோஜினியும் காந்தியை எதிர்கொண்ட வரலாற்றைப் போலவே கருத்தில் கொள்ளத்தக்கது பாரதி காந்தியை எதிர்கொண்ட வரலாறு.

பாரதியியலிலும்கூட இதுவரை காந்தி – பாரதி தொடர்பு வரலாறு துல்லியம் பெற்றதில்லை.

திலகரோடு மட்டும் பாரதியை இணைத்து விதந்தோதல்; 1916இல்தான் பாரதி காந்தியைக் குறித்து முதலில் எழுதியிருக்கக்கூடும் எனல்; மகாத்மா என்று காந்தியைத் தாகூர் அழைத்த பின்பே பாரதி வழிமொழிந்து அழைத்தார் எனல்; பாரதி – காந்தி சந்திப்பை ஐயக் கண்கொண்டு நோக்குதல்; காந்தி பாரதியை அறிந்திருக்கவில்லை, அங்கீகரிக்கவில்லை எனல் என்றெல்லாம் பாரதி – காந்தி தொடர்பாக முழுமையும் துலக்கமும் பெறாத நிலைகள், கருத்துகள் உண்டு.

காந்தி – பாரதி தொடர்பு வரலாற்றில் பாரதியின் எழுத்துகள் ஓரளவு அறியப்பட்ட நிலைக்குக்கூட காந்தியின் பாரதி குறித்த பதிவுகள் இதுவரை வெளிச்சம் பெற்றதில்லை. இரு பக்க வரலாறும் சம அளவில் கவனம் பெறவேண்டியுள்ளன.

இன்று ஓரிதழ்கூடக் கிடைக்காதிருக்கும், தொடர்ந்து தென்னாப்பிரிக்காவில் காந்தியின் பார்வைக்கு இலக்கான, புதுவையிலிருந்து வெளிவந்த பாரதியின் ஆங்கில ‘பால பாரதா’ இதழ்கள் மட்டும் கிடைத்துவிட்டால் பாரதி கண்ட தென்னாப்பிரிக்க காந்தியின் பரிமாணங்கள் பன்மடங்கு கூடுதலாக வாய்ப்புள்ளது என்பதையும் பாரதிய உலகம் பெரிதும் நினைப்பதில்லை.

இத்தகைய ஒளி பரவாத காந்தி – பாரதி தொடர்புக் களத்தை ஓரளவு துலக்கும் முயற்சியே இந்நூல்.

~

பாரதி பார்வையில் காந்தி

பாரதி, வ.உ.சி., திருமலாச்சாரியார், மண்டயம் ஸ்ரீநிவாசாச்சாரியார் முதலியோர் சென்னையில் உருவாக்கிய “சென்னை ஜன சங்கம்” 1908 பிப்ரவரி 2ஆம் நாள் நடத்திய பொதுக்கூட்டத்தில் பின்வரும் தீர்மானம் நிறைவேற்றப் பட்டிருக்கிறது.

> ஸ்ரீ காந்தியும் மற்ற இந்திய சகோதரர்களும் விடுதலை பெற்றதற்காக அவர்களை வாழ்த்துவதுடன் திரான்ஸ்வாலில் இந்தியாவுக்கும் வெள்ளையர்களுக்கு ஒரே விதமான ஸ்வதந்திரங்கள் கிடைக்கும்வரை இப்படியே (Passive Resistance) எதிர்க்காமல் எதிர்த்தல் என்னும் ஆண்மையான உபாயத்தை அநுசரிப்பார்களென்று நம்புவதாய்த் தீர்மானிக்கின்றது. அதிகமான ஜனங்கள் ஸ்ரீ காந்திக்கு அனுதாபப்படும்.
>
> (சுதேசமித்திரன், 06.02.1908)

காந்தியைக் குறித்த பாரதியின் முதற்செயல்பாடாகவும் பதிவாகவும் ஒருவேளை இது இருக்கக்கூடும். 1908இன் தொடக்கத்திலேயே காந்தியைக் குறித்துப் பொதுவெளியில் பாரதி முன்னின்று செயல்பட்ட அமைப்பு அறிமுகம் செய்யவும் ஆதரவு காட்டவும் தொடங்கிவிட்டது. தமிழ் மண்ணில் காந்தியடிகள் தொடர்பான முன்னோடியான செயல்பாடுகளுள் ஒன்றாக இதனைக் கருதலாம்.

வாழ்கநீ! எம்மான், இந்த
வையத்து நாட்டி லெல்லாந்
தாழ்வுற்று வறுமை மிஞ்சி,
விடுதலை தவறிக் கெட்டுப்
பாழ்பட்டு நின்ற தாமோர்
பாரத தேசந் தன்னை
வாழ்விக்க வந்த காந்தி
மஹாத்ம!நீ வாழ்க; வாழ்க!

என்னும் "மஹாத்மா காந்தி பஞ்சகம்" கவிதை பரவலாக அறியப்பட்டதைப் போல, காந்தி குறித்த பாரதியின் பிற கவிதைகளோ உரைநடை எழுத்துகளோ கவனம் பெறவில்லை. ஆயினும் *1908* தொடங்கி *1921* வரை (சில கால இடைவெளியோடு) காந்தி குறித்த பாரதியின் பதிவுகள் கிடைக்கின்றன. முதற்கட்டத்தில் தென்னாப்பிரிக்காவில் காந்தி நடத்திய போராட்டங்கள், காந்தியின் உயரிய இடம் முதலியவற்றைப் பாரதி தொடர்ந்து 'சுதேசமித்திரன்', 'இந்தியா', 'விஜயா' இதழ்களின் வாயிலாக எடுத்துரைத்து வந்திருக்கிறார்.

1908 அக்டோபரில் தென்னாப்பிரிக்காவில் காந்தியையும் பதினாறு பேர்களையும் கைது செய்த சூழ்நிலையில் அங்கிருந்து சென்னை மகாஜன சபையாருக்கு ஒரு தொலைவரி வந்திருந்தது. இது குறித்த பதிவை 'இந்தியா' இதழில் எழுதிய பாரதி "சென்னைக் காங்கிரஸ்காரர் தென் ஆப்பிரிக்காவிலுள்ள இந்தியர்களுக்கு எவ்விதமான உதவி செய்யப்போகிறார்களென்பதை அறிய எதிர்பார்த்திருக்கிறோம்" என்று எழுதித் தென்னாப்பிரிக்காவில் தளைப்பட்டுள்ள காந்தி குழுவினருக்குச் சென்னைக் காங்கிரஸ்காரர்கள் உதவ வேண்டும் என்னும் கருத்தினை வெளிப்படுத்தியிருக்கின்றார். அதே ஆண்டு டிசம்பர் மாதம் சென்னை மாகாண ஆளுநர் தமது திருநெல்வேலி மாவட்டச் சுற்றுப்பயணத்தின்போது நாசரத் என்னும் ஊரில் நம் நாட்டு இளைஞர்கள் சன்மார்க்கப் பயிற்சி அடையாமல் இருப்பதாகக் குறிப்பிட்டார். ஆளுநரின் இந்தப் பேச்சை எடுத்துக்காட்டுமிடத்தில் விவேகானந்தர், திலகர், அரவிந்தர், பாலர், லாலா லஜபதி ராய் முதலியோர் வரிசையில் – இந்தியாவின் மாபெரும் தலைவர்கள் வரிசையில் – காந்தியைக் குறிப்பிட்டுவிடுகின்றார். **1909**இல் சென்னைக் காங்கிரஸார் நடத்திய மாநாட்டின் இரண்டாம் நாள் நிகழ்ச்சியில் தென்னாப்பிரிக்காவிலிருந்து பிரதிநிதியாக வந்த குரு செட்டியார் என்பவர் தங்கள் நிலையைப் பற்றித் தமிழில் விரிவாகப் பேசியிருக்கின்றார். குரு செட்டியாரின்

பேச்சு அந்தப் பந்தலில் இருந்த தூண்கள்கூட உருகும் அளவிற்கு இருந்ததாகப் பாரதியார் எழுதுகின்றார். தன் பேச்சினிடையே குரு செட்டியார் "ஸ்ரீ காந்தி என்ற கீர்த்தி பெற்ற இந்தியரைச் சிறையிலடைத்து மிகவும் அவமரியாதையாக நடத்தினார்கள்" எனக் குறிப்பிட்டிருந்த செய்தியையும் பாரதியார் எடுத்துரைத்திருந்தார். 1909ஆம் ஆண்டு இறுதிப்பகுதியில் இலண்டன் நகரத்திற்கு வருகைதந்த காந்தி "உலக தர்ம விஷயம்" என்னும் சொற்பொழிவை ஆற்றிய விவரத்தை 'இந்தியா' இதழில் வெளிப்படுத்தியிருந்தார். இந்தக் குறிப்பில் காந்தியைக் குறித்து "இவர் தென்னாப்பிரிக்க இந்தியர்களின் தலைமை நடத்தி வந்தவர்" எனவும், காந்தியடிகளின் சொற்பொழிவு "அதிரமணீயமான உபந்நியாஸம்" எனவும் குறிப்பிட்டிருந்தார். அதே காலக்கட்டத்தில் தனது பிறிதொரு கட்டுரையில் பாரதி, காந்தி முதலியவர்கள் எத்தகைய உயர்ந்தவர்கள் என்பதையும் அவர்களைத் தென்னாப்பிரிக்காவில் எத்தனை கீழாக அதிகாரவர்க்கம் நடத்தி வருகிறது என்பதையும், "டிரான்ஸ்வாலில் ஸ்ரீயுத காந்தி முதலானவர்கள் எவ்வளவு படித்தவர்கள்! எவ்வளவு மேலான அந்தஸ்துள்ளவர்கள்!" (இந்தியா, 07.08.1909, 14.08.1909) எனத் தொடங்கி விவரித்திருந்தார்.

1909ஆம் ஆண்டு லாகூர் நகரில் நடக்கவிருந்த காங்கிரஸ் மாநாட்டிற்குத் தலைமை வகிக்கக் காந்தியை அழைக்க வேண்டும் என்னும் கருத்தைப் பாரதி எழுதியிருந்தார். இந்தியாவில் பிறந்த காந்தி இந்தியாவில் வசிப்பதேயில்லையெனினும் இந்திய தேச மக்களிடையே இவரைக் காட்டிலும் மேலான மரியாதையைப் பெறத்தக்கவர் வேறு யார் உளர் எனக் கேள்வி எழுப்பிக் காந்தியின் பண்பையும் அறிவையும் செயல்பாடுகளையும் மிகச் சிறப்பாகப் பாரதி சித்திரித்திருந்தார்.

ஸ்ரீயுத கந்தியே நல்ல சாமார்த்தியவந்தர், வாய்ச்சாலகர், நுட்பமான புத்தியுள்ளவர், சாந்தமான நடையில் பேசுபவர், இவர் சாத்விக எதிர்ப்பைக் கைக்கொண்டதற்காக மூன்றுதரம் சிறைபடுத்தப்பட்டார். இவரை டிரான்ஸ்வாலர்கள் தகாத வேலையெல்லாம் செய்யச் சொல்லி அடித்தார்கள். ஜெயில் உடுப்புடன் ரோட்டுகளில் கிரேவல் கற்களை யடுக்கி திம்மிஸ் போட்டு பாதை உருளையை இழுக்கும்படி செய்தார்கள்; மலத்தை வாரும்படி செய்தார்கள்; இவர் கைக்கும் காலுக்கும் விலங்குப் போட்டு ஜொஹானெஸ்பர்க் தெரு வழியாய் ஊர்வலம் வந்து காட்டினார்கள். இதற்கு நாம் அவருக்கு பிரதியாகச் செய்ய வேண்டிய

மரியாதை என்ன; இந்தியாவில் தற்பொழுது ஜனங்கள் ஸ்வாதீனத்திலிருக்கும் மரியாதையில் உயர்ந்த மரியாதை, இந்தியன் நாஷனல் காங்கிரெஸ்ஸென்னும் நமது ஜாதீய சமுகத்தின் அக்ராஸனாதிபத்யமே யாம்.

(இந்தியா, 21.08.1909)

*1910*இல் "ஸ்ரீ பாரத நாட்டின் புதிய புண்ய ஸ்தலங்கள்" என்ற கட்டுரையில் இந்திய விடுதலைக்காகப் பாடுபட்ட தலைவர்கள், மகான்கள் சிறைவைக்கப்பட்டிருந்த இடங்களையெல்லாம் புதிய புண்ணியத் தலங்களாகச் சிறப்பித்து எழுதியிருந்தார். திலகரும் 'கால்' பத்திராதிபரான சிவராம மஹாதேவ பரஞ்ஜபியும் சிறைவைக்கப்பட்டிருந்த "ஸாபர்மதி" சிறைச்சாலை, அரவிந்தர் சிறைவைக்கப்பட்டிருந்த அலிப்பூர் சிறைச்சாலை, வ.உ.சி. சிறைவைக்கப்பட்டிருந்த கோயம்புத்தூர் சிறைச்சாலை ஆகியவற்றைப் புதிய புண்ணியத்தலங்களாக முதலில் குறிப்பிட்ட பாரதி, இந்தப் புண்ணியத்தலங்கள் இப்போது இந்தியாவுக்கு வெளியிலும் தோன்றிவிட்டன என எழுதினார். லஜபத் ராய் முதலியோர் சிறைவைக்கப்பட்டிருந்த பர்மாவின் மாண்டலே, காந்தி முதலியோர் சிறைவைக்கப்பட்டிருந்த தென்னாப்பிரிக்கா டிரான்ஸ்வால் ஜொஹானஸ்பர்க் நகரம் முதலியவற்றின் சிறைச்சாலைகளை இந்தியாவுக்கு வெளியில் உள்ள புண்ணியத்தலங்களாகப் பாரதி எடுத்துரைத்திருந்தார்.

*1910*ஆம் ஆண்டு சட்டசபையில் கோகலே தென்னாப்பிரிக்காவுக்கு இந்தியாவிலிருந்து கூலியாட்கள் ஏற்றிவருவது குறித்த ஒரு தீர்மானத்தைக் கொண்டுவந்திருந்தார். அது தொடர்பாக எழுதும்போது பாரதி தென்னாப்பிரிக்காவில் உள்ள காந்தி முதலியோர் நம்மவர்களுக்குச் சம உரிமை வாங்கிக்கொடுக்க விடாமுயற்சி செய்கிறார்கள். அவர்களை நாம் கைவிட்டுவிடக் கூடாது என வேண்டுகோள் விடுத்திருந்தார். அதே காலக்கட்டத்தில் பாரதி தமது 'இந்தியா' இதழில் தென்னாப்பிரிக்காவிலிருந்து வெளிவந்த ஆங்கிலப் பத்திரிகை ஒன்றிலிருந்து ஒரு சித்திரத்தை எடுத்து வெளியிட்டிருந்தார். அந்த ஓவியத்தில் காந்தி இடம்பெற்றிருப்பதைச் சுட்டிக்காட்டி ஒரு குறிப்பும் எழுதியிருந்தார். தென்னாப்பிரிக்காவில் ஐக்கிய சட்டசபை ஏற்படுத்தியபோது இந்தியர்களை அடக்கச் சட்டம் ஒன்று கொண்டுவரப்பட்டது. அச்சட்டத்தால் வெள்ளைப் பிரதிநிதிகள் மகிழ்ந்து அதிபதியை வணங்கிநிற்கக் காந்தியும் வெள்ளையர்களில் ஒருவரும் (ஸ்திரிநியர்) கறுப்பு மனிதர்களில் ஒருவரும் (ஜடாவு) மட்டும் அதனை எதிர்த்தனர் என்பதைக் காட்சிப்படுத்திய சித்திரம் அது.

இவ்வாறு 1908, 1909, 1910ஆம் ஆண்டுகளில் காந்தியின் பல்வேறு செயல்பாடுகளையும் உடனுக்குடன் வெளிப்படுத்திக் காந்திக்கு ஆதரவாகப் பாரதி குரல்கொடுத்து வந்தார். இந்திய அளவிலும் இந்தியாவுக்கு அப்பால் என்னும் நிலையிலும் காந்தி முக்கியத்துவம் கொண்ட தலைவர் என்பதைத் தொடர்ந்து தமிழ்ச் சமூகத்தில் பாரதி அழுத்தமாக எடுத்துரைத்து வந்திருக்கின்றார். இவற்றுக்கெல்லாம் மகுடமாக ஒன்றைப் பாரதி புரிந்திருக்கின்றார். 1909ஆம் ஆண்டு இறுதியில் தான் நடத்திய 'இந்தியா' இதழில் காந்தியைக் குறித்த கருத்துப்படத்தைப் பாரதி வெளியிட்டிருந்தார். அந்தக் காலக்கட்டத்தில் தலையாய ஒரே தமிழ் நாளிதழான 'சுதேசமித்திர'னில் கூடக் கருத்துப்படங்கள் அக்காலத்தில் வந்ததில்லை. ஏன் படங்களேகூட அதிகம் இடம்பெற்றதில்லை. இந்தச் சூழலில்தான் காந்தி குறித்த பாரதியின் 'இந்தியா' இதழ்க் கருத்துப்படம் தனித்த இடத்தைப் பெறுகிறது. காந்தியைப் பசுவாக்கித் தென்னாப்பிரிக்க அதிகார வர்க்கத்தினரைப் புலிகளாக்கி அந்தப் படத்தைப் பழங்கதை ஒன்றின் அடிப்படையில் பாரதி அமைத்திருந்தார். கருத்துப்படத்திற்கு விளக்கமாகவும் ஒரு தனிக் கட்டுரையாகவும் இது குறித்துப் பாரதி இருமுறை அந்த இதழில் காந்தியை மையமிட்டு எழுதியிருந்தார். வெளிநாடுகளில் உள்ள இந்தியர்களை நோக்கி எழுதப்பட்ட அந்தப் பதிவில் காந்தியைப் போன்ற தெய்வீக குணங்கள் அமைந்த மனிதரும் உலகில் இருக்கின்றனரா என்று எண்ண வேண்டியிருக்கின்றது என்கிறார்.

இதுவரை கிடைத்துள்ள பாரதியின் இந்தக் காலக்கட்ட எழுத்துகளின் வாயிலாகத் தென்னாப்பிரிக்காவில் காந்தியடிகள் புரிந்த செயல்பாடுகளில் முக்கியமான பலவற்றை அவர் கூர்ந்து நோக்கி வெளிப்படுத்தியிருப்பதை அறியமுடிகின்றது. காந்தியின் தென்னாப்பிரிக்கச் செயல்பாட்டைக் கொண்டே இந்திய அளவிலும் உலகளாவிய நிலையிலும் காந்தியின் உயரிய இடத்தை அடையாளங்கண்டு பாரதி விதந்து பேசியிருக்கின்றார் என்பது கவனத்திற்கொள்ளற்குரியதாகும்.

~

1911 முதல் 1915 வரையிலான காலப்பரப்பில் பாரதியின் இதழ்வழி எழுத்து முடங்கியது. 1915ஆம் ஆண்டுதான் 'சுதேசமித்திர'னில் பாரதி மீண்டும் எழுதத் தொடங்குகிறார். இந்த ஐந்தாண்டுக் காலத்தில் காந்தி குறித்த பாரதியின் பதிவுகள் நமக்குக் கிடைக்கவில்லை. காந்தி குறித்த பாரதியின் எழுத்துகள் 1916 தொடக்கம் மீண்டும் நமக்குக் கிடைக்கின்றன. காந்தி ஆமதாபாத்தில் ஏற்படுத்தியுள்ள ஆசிரமத்தில் தேச சேவைக்காக

இளைஞர்களைச் சேர்த்துப் பயிற்சி அளிக்கையில் அவர்களுக்கு விதித்துள்ள சில கட்டுப்பாடுகள் குறித்துப் பாரதியார் கருத்துத் தெரிவித்துள்ளார். பாரதியின் புகழ்பெற்ற "தராசு" தொடரில் "ஸ்ரீமான் காந்தியின் கொள்கைகள்" என்னும் தலைப்பில் ஒரு கட்டுரை உள்ளது. சென்னைக்கு வருகை தந்த காந்தி ஒய்.எம்.சி.ஏ. சபையில் ஆற்றிய உரை குறித்துப் பாரதி தனது எண்ணங்களை எடுத்துரைத்துள்ளார்.

"காந்தி நல்ல மனுஷர்" எனச் சொல்லிவிட்டு, அவருடைய சத்திய விரதம், அகிம்சை, உடைமை மறுத்தல், பயமின்மை ஆகிய நான்கும் உத்தம தர்மங்கள் என்றும் இவற்றை எல்லோரும் இயன்றவரை பழக வேண்டும் என்றும் முதலில் "தராசு" வாயிலாகப் பாரதி குறிப்பிடுகின்றார். எனினும் அகிம்சா விரதத்தில் ஒருவன் உன்னை அடித்தால் நீ திரும்பி அடிக்கக்கூடாது என்ற கருத்தைப் பாரதி அப்படிச் சொல்லுதல் பிழை என மறுக்கின்றார். சுதேசியம், ஜாதி சமத்துவம், தேச பாஷைப் பயிற்சி, தெய்வ பக்தி ஆகியவற்றை இன்றைக்கே பழக்கிக்கொள்ள வேண்டும் எனக் கூறுகின்றார்.

நாக்கைக் கட்டுதல் என்னும் விரதத்திற்குத் தன்னுடைய கருத்தாக "ஏழைகளுக்கு இந்த உபதேசம் அவசியமில்லை. அவர்களுக்கு நாக்கை ஏற்கெனவே கட்டித்தான் வைத்திருக்கிறது" எனவும் பிரம்மச்சரியத்தை அனைவருக்குமான தர்மமாகக் காந்தி உபதேசம் செய்யவில்லை. அப்படிச் செய்தால் தேசத்தில் மனிதர் இல்லாமல் போய்விடும் என்றும் குறிப்பிடுகின்றார். கடைசியாகக் காந்தி பதினொரு விரதம் சொன்னார். நான் பன்னிரண்டாவது விரதம் ஒன்று சொல்லுகிறேன். இந்தப் பன்னிரண்டாவது விரதத்தைத் தேச முழுதும் அனுஷ்டிக்க வேண்டும் என்று கூறி முடிக்கின்றார். அந்தப் பன்னிரண்டாவது விரதம் புதுவை வாழ்க்கைக் காலத்தில் பாரதி அனுபவித்த தனி வாழ்க்கைத் துயரத்தின் எதிரொலி என்றும் கொள்ளலாம். பன்னிரண்டாவது விரதம் இதுதான்: "எப்பாடுபட்டும் பொருள் தேடு; இவ்வுலகத்திலே உயர்ந்த நிலை பெறு".

*1916*ஆம் ஆண்டில் பாரதி, இந்தியர்கள் ஆப்பிரிக்கா முதலிய வெளிநாடுகளுக்கு ஒப்பந்தக் கூலிகளாகச் செல்வதை எந்த விதத்திலாவது தடுத்துவிட வேண்டுமெனக் காந்தி பாடுபடுவதை எடுத்துரைத்து இந்த விஷயத்தில் தேசத்தார் தத்தமக்கு இயன்றவரை முயற்சி செய்ய வேண்டிக்கொள்கின்றார். அதே ஆண்டில் "தமிழ் வளர்த்தல்" என்னும் கட்டுரையில் "காந்தி சொல்வதிலே சிற்சில விஷயங்கள் எனக்கு ஸம்மதமில்லை" எனக் குறிப்பிட்டுக் காந்தி வலியுறுத்தும் உணவுமுறை, திருமணம், சிறை

செல்லுதல் தொடர்பான கருத்துகளில் தான் வேறுபடுவதனை விளக்கியுள்ளார். இவ்வாறு வேறுபடக் காரணம் காந்தி துறவு மார்க்கத்தைச் சேர்ந்தவர்; தான் இன்ப மார்க்கத்தைச் சார்ந்தவன் எனப் பாரதி காரணம் காட்டுகின்றார். காந்தி இடத்திலே தனக்கு மதிப்புண்டு எனவும் காரணம் காந்தி தமக்கு உண்மையாகத் தோன்றியதை ஒளியாமல் பேசுகிறார், பிறருக்கு உபதேசம் செய்வதனைத் தாமும் கடைபிடிக்க முயல்கின்றார் என்று பாரதி எழுதிச் செல்கின்றார். மேலும் தன்னுடைய கருத்துக்கு ஒத்த சிந்தனைகளைக் காந்தி பேசும்போது தனக்கு மகிழ்ச்சி ஏற்படுவதாகவும் சொல்லிச் செல்கின்றார். இந்தியா முழுதுமுள்ள தேசாபிமானிகள் எல்லோரும் தமிழ்மொழியைக் கற்றுத் தெரிந்துகொள்ள வேண்டுமென்று காந்தி ஒருமுறை பத்திரிகையில் எழுதியிருந்தது தனக்கு மிகவும் திருப்தி அளித்ததென்றும் பாரதி குறிப்பிட்டுள்ளார். சுதேச மொழிகளின் வாயிலாகக் கல்விப் பயிற்சி செய்ய வேண்டுமென வற்புறுத்தியதையும் எடுத்துரைக்கின்றார். காந்தி சொல்லிய வார்த்தைகளை நாம் எல்லோரும் பொன்னெழுத்திலே போற்றுதல் தகும் எனவும் குறிப்பிடுகின்றார். இவ்வாறு காந்தி பல்வேறு பொருண்மைகளில் பேசிய செய்திகளை எடுத்துரைத்துத் தனது கருத்துகளையும் பாரதி பதிவு செய்துள்ளார். புதுச்சேரியில் தன் மூத்த மகள் தங்கம்மா ஒரு பெண்கள் கூட்டத்தில் படித்தது பற்றிய 'சுதேசமித்திரன்' பதிவிலும் பாரதி காந்தியைக் குறித்து எழுதியிருக்கின்றார். பாரதியாரின் வீட்டிலே ஒருமுறை நடந்த திருவிளக்குப் பூசையிலும் யதுகிரி பேச்சாக எடுத்துரைக்கும் பகுதியிலும் பெண்களின் முன்னேற்றமே இந்தியாவின் முன்னேற்றம்; பெண்கள் முன்னேறாவிட்டால் இந்தியாவுக்கு விடுதலை இல்லை என்னும் காந்தியின் கருத்தை எடுத்துக்காட்டுகின்றார். இந்து முஸ்லீம் ஒற்றுமை, கைத்தொழில்கள், இந்தியாவுக்குப் பொதுமொழி, யுத்தத்திற்கு ஆள் திரட்டுதல், தீண்டாமை முதலியவற்றில் காந்தியடிகளின் கருத்து தொடர்பாகவும் எழுதியிருக்கின்றார்.

ஒத்துழையாமை இயக்கமும் பாரதியும்

காந்தியடிகள் தொடங்கிய ஒத்துழையாமை இயக்கம் தொடர்பாக விபின சந்த்ர பாலர், சித்த ரஞ்ஜனதாஸர், 'சுதேசமித்திரன்' பத்திராதிபர் அரங்கசாமி ஐயங்கார் முதலியோர் சில அம்சங்களில் கருத்து மாறுபாடு கொண்டிருந்தனர். பாரதிக்கும் தொடக்கத்தில் கருத்துமாறுபாடு இருந்தது. எனினும் பின்னர் பாரதி ஒத்துழையாமை இயக்கத்தை முழுமையாக ஏற்றுக்கொண்டு ஆதரித்தார் என்பதே வரலாறு. எனினும் எல்லாப் பதிவுகளையும் கண்ணுறாத நிலையில், கால வரிசையில்

வைத்துப்பார்க்காத நிலையில் கோ. கேசவன் உள்ளிட்ட சிலர் மாறுபாடான கருத்தினை வெளிப்படுத்தியுள்ளனர். பாரதி “காந்தியின் ஒத்துழையாமை இயக்கம் குறித்து வேறுபட்ட கருத்து கொண்டிருந்தார். இருப்பினும் காந்திய மக்கள்திரள் இயக்கத்தின் பல அம்சங்களில் கருத்திசைவு கொண்டிருந்தார்” (*பாரதியும் அரசியலும், ப. 187*) எனக் கோ. கேசவன் எழுதிச் சென்றிருக்கின்றார்.

கிலாபத், பஞ்சாப் படுகொலை என்னும் காரணங்களையொட்டி ஒத்துழையாமை இயக்கத்தைத் தொடங்காமல் சுயராஜ்ஜியத்தின் பொருட்டும் சுயநிர்ணயத்தை ஒட்டியும் ஒத்துழையாமை இயக்கத்தைத் தொடங்குவதே பொருந்தும் எனச் ‘சுதேசமித்திரன்’ பத்திராதிபர் சொல்வதைத் தான் முற்றிலும் அங்கீகரிப்பதாகப் பாரதி தன் நிலைப்பாட்டினை முதலில் எடுத்துரைத்துள்ளார். சில அம்சங்களில் கருத்து மாறுபாடு இருப்பினும் “காந்தியின் வழியொன்றுதான் இப்போது சரியாகத் தெரிகிறது” எனவும், “கல்கத்தாவில் நடக்கப்போகிற பாரத ஜனஸபையின் விசேஷக் கூட்டத்தில் ஸமரஸப்பட்டு இந்தியா முழுதும் ஒத்துழையாமையை கைப்பற்றுதலே உய்யும் வழி” எனவும் கல்கத்தாவில் நடக்கவிருந்த காங்கிரஸ் கூட்டத்திற்கு முன்பு பாரதி தனது எண்ணங்களை வெளிப்படுத்தியிருந்தார். காங்கிரஸ் கூட்டம் நடந்து முடிந்தபின் அங்கே நடந்தவற்றின் அடிப்படையில் பாலர் முதலிய தலைவர்களின் கருத்தையொட்டி ஒத்துழையாமையைத் தவிர தேச விடுதலைக்கு வேறு வழிகள் இருக்கின்றன எனவும், ஒத்துழையாமை முறையையே மிகவும் தீவிரமாகப் பின்பற்றினால் பயன் விளையக்கூடும் எனவும், இப்போது மேற்கொள்ளப்படவிருக்கும் முதற்படியின் முறைகளால் அந்தப் பயன் எய்துவது சாத்தியமில்லை எனவும் தனது கருத்துகளை அடுத்த கட்டமாக வெளிப்படுத்தியிருக்கின்றார்.

‘சுதேசமித்திரன்’ பத்திரிகை ஒத்துழையாமை விஷயத்தில் அதனை எதிர்க்காதபோதிலும் ஈடுபாடு காட்டாததுபோல் உள்ள சூழ்நிலையில் பாரதி ‘சுதேசமித்திரனி’ல் பணியில் சேர்ந்தது தொடர்பாக நண்பர்கள் நேரிலும் கடிதத்திலுமாகக் கேள்விகள் கேட்டதையொட்டிச் “சுதேசமித்திரன் பத்திரிகையும் தமிழ்நாடும்” என்னும் கட்டுரையில் பதில் அளித்திருந்தார். முற்கூறிய கருத்துகளை அவர் **1920** நவம்பரில் தெரிவித்திருந்தார். ஆயினும் **1921** சூலை **8**ஆம் நாள் எழுதிய “ஸ்ரீ பாரத மாதா நவரத்ந மாலை” கவிதையில்,

> தீதுசிறி தும்பயிலாச்
> செம்மணிமா நெறிகண்டோம்

வேதனைக ளினிவேண்டா;

விடுதலையோ திண்ணமே.

எனக் குறிப்பிட்டுச் “செம்மணி மா நெறி” என்பதற்கு – “செவ்விய, அழகிய, பெரிய நெறி, அஃது ஒத்துழையாமை” என விளக்கமும் தந்து ஒத்துழையாமை நெறியை முழுமையாக ஏற்றுப் போற்றி ஒத்துழையாமை இயக்கத்தின் விளைவாக விடுதலை அடைதல் உறுதி எனவும் முழங்கியிருக்கின்றார். எழுதப்பெற்ற காலத்தைத் துல்லியமாகக் கணிக்க இயலாத “மஹாத்மா காந்தி பஞ்சகம்” பாடலிலும்,

நெருங்கிய பயன்சேர் “ஒத்துழை யாமை”

நெறியினால் இந்தியா விற்கு

வருங்கதி கண்டு பகைத்தொழில் மறந்து

வையகம் வாழ்கநல் லறத்தே

என ஒத்துழையாமை இயக்கத்தைப் பாரதி முழுமையாக ஏற்பதைக் காணமுடிகின்றது. தொடக்கத்தில் ஒத்துழையாமை இயக்கத்தின் சில கூறுகளில், நடைமுறைப்படுத்தும் முறைகளில் தயக்கமிருந்தபோதிலும், மிக விரைவில் ஒத்துழையாமை இயக்கத்தை முழுமையாகப் பாரதி ஏற்றுக்கொண்டார்; இறப்பதற்கு ஏறத்தாழ இரண்டு மாதம் முன்பு முழுமையாகக் காந்தியடிகளின் ஒத்துழையாமை இயக்கத்தைப் பாரதி விடுதலைக்கான வழியாக ஏற்றுக் கொண்டாடினார்.

திலகர் – காந்தி – பாரதி

தலைவராக, குருவாகத் திலகரைக் கொண்டு தன் அரசியல் வாழ்வைத் தொடங்கியவர் பாரதி. “பாரத தேவியின் திலகம் எனத் திகழ்பவர் திலகர்” என *1908*இல் போற்றியவர் பாரதி. “நமது தேச குரு திலக மகரிஷி” *(1909)* எனவும் இன்னும் பற்பலவாகவும் உரைநடையில் எழுதியவர் பாரதி. *1920*இல் திலகர் மறைந்தபோதும் “அன்பெனுந் தேனூறித் ததும்பும் புதுமலர் அவன் பேர்” என உணர்வுப்பூர்வமாக நெகிழ்ந்து பாடியவர் பாரதி.

எனினும், திலகர் யுகமாக விளங்கிய இந்திய விடுதலை இயக்க வரலாறு காந்தி யுகமாக மாறிய தருணத்தில் காந்தி இந்தியாவிற்கு மட்டுமல்லாமல் ஒட்டுமொத்த உலகிற்குமான தலைவர் என்பதை உணரத் தொடங்கிவிட்டார் பாரதி. இந்த மாற்றம் ஒரு நாளில் திடீரென நேர்ந்த மாற்றமன்று. காந்தியின் செயல்பாடுகளைத் தொடர்ந்து பல்லாண்டுகள் உற்றுநோக்கி வந்ததன் விளைவு.

பாரதியின் பாடற்பரப்பிலே "மேத்தா திலகருக்குச் சொல்வது", "பால கங்காதர திலகர்", "வாழ்க திலகன் நாமம்" ஆகிய கவிதைகளைக் காண்பது போலவே "மஹாத்மா காந்தி பஞ்சகம்", "ஸ்ரீ பாரத மாதா நவரத்ந மாலை", "இந்தியாவின் அழைப்பு" ஆகிய கவிதைகளையும் நாம் கண்ணுறுகின்றோம். காந்தி குறித்த மூன்று கவிதைகளில் "மஹாத்மா காந்தி பஞ்சகம்" பரவலாகக் கவனம்பெற்ற கவிதையாகும். "காந்தி மஹாத்மா" என்ற ஆட்சி இடம்பெற்ற அக்கவிதை ஐந்து பாடல்களால் அமைந்ததாகும். ஒத்துழையாமை இயக்கத்தைக் காந்தி முன்னெடுத்த தருணத்தில் எழுதப்பட்ட இந்தக் கவிதை காந்தியடிகளை "எம்மான்", "புவிக்குளே முதன்மையுற்றவர்", "முடிவிலாக் கீர்த்திபெற்றவர்", "பெருமான்" என்றெல்லாம் போற்றி உரைத்துள்ளது.

பாரத மாதாவைப் போற்றும் சிறு பிரபந்தமான "ஸ்ரீ பாரத மாதா நவரத்ந மாலை"யில் பாரத மாதாவின் புகழை இசைக்கின்ற நிலையில் அப்படைப்புள் காந்தியடிகளின் உயர்வும், அவர்தம் ஒத்துழையாமை நெறியுமே முதன்மை பெறுகின்றன. தாகூர் காந்தியடிகளைக் குறித்து எழுதிய கருத்தொன்றைக் கவிதையிலேயே மேற்கோள் காட்டி,

> கவீந்திர னாகிய ரவீந்திர நாதன்
> சொற்றது கேளீர்: "புவிமிசை யின்று
> மனிதர்க் கெல்லாந் தலைப்படு மனிதன்
> தர்மமே யுருவாம், மோஹன தாஸ
> கர்ம சந்த்ர காந்தி"யென் றுரைத்தான்

எனப் பாடியுள்ளார். நவமணிகளின் பெயர்களைப் பாடல்தோறும் ஆண்டுள்ள பாரதி காந்தியடிகளைக் கோமேதகமாகக் குறிப்பிடுகின்றார். "எம்கோ" எனவும் உச்சமாகப் போற்றுகின்றார். காந்தியடிகளின் சொல்லைக் கேட்போர் விடுதலையை விரைவில் அடைவர் என்பதனை,

> காந்திசொற் கேட்டார், காண்பார்
> விடுதலை கணத்தி னுள்ளே.

எனப் பாடுகின்றார். 1908ஆம் ஆண்டில் பாரத தேவியின் நெற்றித்திலகமாகத் திலகரைக் கொண்டாடிய பாரதி பன்னிரண்டாண்டுகள் இடைவெளியில் பாரத மாதா நவரத்ந மாலையில் காந்தியடிகளைத் தவிரப் பிற எந்தத் தலைவரையும் கவிதைக்குள் பேசவில்லை என்பது கருத்தில்கொள்ளத்தக்கது. காந்தியை 'அரசியல் நெறியிலே தலைவனாகக் கொண்டனர்

பாரத மக்கள்' என இச்சிறு கவிதை நூலில் பாரதி மொழிந்துள்ளார் எனில் இந்திய அரசியல்வானில் மட்டுமில்லாமல் பாரதியின் இதயவானிலும் காந்தி தலைவராய்த் திகழ்ந்தார் என்னும் நிலையையே இது காட்டுகின்றது.

> பாரதியார் திலகர் கோஷ்டியைச் சேர்ந்தவர். முதலில் அவருக்கு மகாத்மா காந்தியின் இயக்கத்தில் நம்பிக்கை இல்லை. ஆனால், அந்த இயக்கம் தேசத்தில் பலமாகத் திரண்டு எழுந்ததைக் கண்டதும் தமது கருத்தை மாற்றிக் கொண்டார். மகாத்மாவைப் பற்றிப் பாடலும் பாடினார்
>
> *(பாரதி பிறந்தார், ப. 246)*

என்னும் இராஜாஜியின் கூற்றும் இதனை நேரடிச் சாட்சியமாக உறுதிப்படுத்துகின்றது.

தன் கூற்று, தாகூர் கூற்று ஆகியவற்றோடு நிறைவடையாத நிலையில் அமெரிக்கப் பெண் கவிஞரான மாட் ரால்ஸ்டன் ஷர்மன் என்பவர் காந்தி குறித்துப் படைத்த கவிதையையே முழுவதுமாக மொழிபெயர்த்து "இந்தியாவின் அழைப்பு" என்னும் தலைப்பில் அளித்து அதன்வாயிலாகக் கண்ணன், புத்தன், இராமன், மகம்மது, மோசே, கிறிஸ்து, நானக் முதலியோர் வரிசையில் தோன்றியவராகக் காந்தியைத் தமிழ்மக்களிடையே உயர்த்திப் பேசுகின்றார் பாரதி. இந்தப் பிற்கால வரலாறு முழுவதுமே இந்தியாவின் ஒருபெரும் தலைவராக, உலகத் தலைவராகக் காந்தியடிகளைப் பாரதி கொண்ட நிலையை நமக்கு உணர்த்துகின்றது.

~

காந்தி பார்வையில் பாரதி

தென்னாப்பிரிக்காவில் காந்தி நிகழ்த்திய போராட்டங்களை 1908ஆம் ஆண்டுமுதல் பாரதி அறிந்திருந்ததையும் பதிவுசெய்ததையும் போலவே புதுவையிலிருந்த பாரதியின் செயல்பாடுகளையும் காந்தி தென்னாப்பிரிக்காவில் இருந்தபொழுதே அறிந்திருக்கின்றார்; பதிவு செய்திருக்கின்றார் என்பது அண்மையில் கண்டறியப்பட்டது. 1910ஆம் ஆண்டளவில் தென்னாப்பிரிக்காவின் நேட்டாலிலிருந்து தாம் நடத்திய 'இந்தியன் ஒப்பீனியன்' இதழில் தொடர்ந்து புதுவையிலிருந்து பாரதி நடத்திய 'பால பாரதா' ஆங்கில மாத இதழ் குறித்த அறிவிப்பைக் காந்தி வெளியிட்டு வந்திருக்கின்றார். தலைசிறந்த சிந்தனையாளர்களின், தேசபக்தர்களின் எண்ணங்களைத்

தாங்கிவரும் ஏடு என்பதையும் ஆங்கிலத்தில் "Highly spoken of by Eminent Thinkers and Patriots" என அந்தப் பதிவு குறிப்பிட்டு வந்திருக்கின்றது. தென்னாப்பிரிக்காவில் இருந்தபோதே பாரதியின் இதழ் முயற்சியைக் காந்தி அறிந்திருந்தார் என்பதோடு அதனைத் தன் இதழின் வாயிலாக வெளிப்படுத்தியும் வந்திருக்கின்றார் என்பது பாரதி – காந்தி தொடர்பு வரலாற்றில் குறிப்பிடத்தக்க செய்தியாகும். 1919ஆம் ஆண்டு மார்ச் மாதம் காந்தியும் பாரதியும் சந்தித்த பின்னர் அருகிலிருந்தவர்களிடம் பாரதியைப் பாதுகாக்க வேண்டும் என்னும் தன் எண்ணத்தைக் காந்தி வெளிப்படுத்தியிருக்கின்றார். மேலும் அருகிலிருந்து சந்திப்பு நிகழ்ச்சியை நேர்முகமாகக் கண்ட வ.ரா.வின் கருத்துப்படி காந்தியின் இயக்கத்தை ஆசீர்வதிக்கிறேன் எனக் கூறிய பாரதியை ஒரு பெரிய மனிதராகத்தான் இருக்க வேண்டும் எனக் காந்தி முடிவுசெய்திருக்க வேண்டும். மேதாவியான காந்தி மேதாவி பாரதியாரை அவரது முகப்பொலிவிலிருந்தே தெரிந்துகொண்டிருப்பார் என்பதும் வ.ரா.வின் கருத்தாகும்.

1928ஆம் ஆண்டுத் தொடக்கத்தில் பாரதியின் இளவல் சி. விசுவநாதன் பாரதி மொழிபெயர்த்த 'பகவத் கீதை' நூலுக்குக் காந்தியடிகளின் அணிந்துரையை வேண்டியிருந்தார். பாரதியின் இளவல் வேண்டுகோளை ஏற்றுக் காந்தியடிகள் இந்தியில் சிறிய அணிந்துரையை எழுதியிருந்தார். தமக்கு அந்த மொழிபெயர்ப்பின் தகுதிப்பாட்டைக் குறித்துக் கூறும் அளவிற்குத் தமிழில் ஆற்றல் இல்லையெனினும் கீதையின் இந்த மொழிபெயர்ப்பு உரிய பயனை அளிக்கும் எனப் பொதுப்பட அணிந்துரையில் குறிப்பிட்டிருந்தார். 1928ஆம் ஆண்டு செப்டம்பர் மாதம் பாரதியின் 'சுதேச கீதங்கள்' தொகுதிகளைப் பிரிட்டிஷ் இந்தியாவின் ஒரு பகுதியாக இருந்த பர்மா அரசு தடைசெய்தது. அடுத்த ஒரு மாதத்தில் பாரதி நூல்கள் சென்னை மாகாணத்திலும் தடைசெய்யப்பட்டன. பாரதி நூல்கள் தடைசெய்யப்பட்ட சூழலில் பாரதி பாடல்கள் தொடர்பாகவும் அரசாங்கத்தின் தடைக்கு எதிராகவும் காந்தியடிகள் மேற்கொண்ட செயல்பாடுகள் பாரதியியலில் தனித்துக் குறிப்பிடத்தக்கவையாகும். சென்னையிலிருந்து தேசபக்தர், பதிப்பாளர் எஸ். கணேசன் காந்திக்குப் பாரதி பாடல்கள் தொடர்பாக ஒரு கடிதத்தை எழுதியிருக்கின்றார். அந்தக் கடிதத்தின் விவரத்தை இப்பொழுது அறிய இயலவில்லை. ஆயினும் அக்கடிதத்திற்கு இணங்க ஒரு தந்தியினைப் பாரதி பாடல்கள் தொடர்பாகக் காந்தி அனுப்பியிருக்கின்றார். அவ்வாறு அனுப்பியிருப்பதைக் கணேசனுக்கு 26.10.1928இல் எழுதிய ஒரு ஆங்கிலக் கடிதத்திலும் காந்தி குறிப்பிட்டிருக்கின்றார். பாரதி நூல்களுக்குத் தடைவிதிக்கப்பட்டபோது காந்தியடிகளின் தந்தி

முன்வைத்த செய்தி என்ன என்பதை அறிய இயலவில்லை. எதிர்காலத் தேடல் இதனைத் தெளிவுபடுத்தக்கூடும். 1928 டிசம்பர் 13ஆம் தேதி 'யங் இந்தியா' இதழில் பாரதி நூல்களுக்குப் பர்மா அரசு தடைவிதித்ததையும் சென்னை மாகாண அரசு அதனை வழிமொழிந்ததையும், சட்டசபையில் இந்தச் செயல்பாடு கடுமையான விமர்சனத்திற்கு ஆளானதையும் விரிவாகக் குறிப்பிட்டுப் பாரதியின் ஏழை, விதவை, மனைவியின் நிலையையும் எடுத்துரைத்து அரசின் செயல்பாட்டைச் சாடி விரிவான ஒரு குறிப்பைக் காந்தி எழுதியிருக்கின்றார். மேலும் பாரதியின் பாடல்களுக்கு இராஜாஜி ஆங்கிலத்தில் செய்த மொழிபெயர்ப்புகளைத் தொடர்ந்து நான்கு இதழ்களில் வெளியிட்டிருக்கின்றார். பாரதி நூல்களுக்கான தடை விலக்கிக்கொள்ளப்பட்ட செய்தியையும் காந்தியடிகள் வெளிப்படுத்தியிருக்கின்றார். ஆங்கில இதழான 'யங் இந்தியா'வில் பாரதி நூல்களுக்கான தடை தொடர்பாகக் காந்தி எழுதியதுடன் குஜராத்திமொழியில் வெளிவந்த தம் 'நவஜீவன்' வார இதழிலும் பாரதி பாடலின் மொழிபெயர்ப்பை வெளியிட்டுப் பாரதியாரைப் பற்றித் தமது குறிப்பையும் காந்தியடிகள் எழுதியிருக்கின்றார்.

"நெஞ்சு பொறுக்குதில்லையே" எனத் தொடங்கும் பாரதி பாடலின் குஜராத்தி மொழிபெயர்ப்பு காந்தியடிகளால் 'நவஜீவனி'ல் வெளியிடப்பட்டுள்ளது. இது குறித்துப் பெ.சு. மணி தரும் பின்வரும் செய்தி இந்த வரலாற்றை நமக்கு உணர்த்துகின்றது.

> 1929 மார்ச் 17ந் தேதி 'நவஜீவன்' எனும் இதழில் காந்தியடிகள் எழுதியதாவது:
>
> தமிழ்க் கவிஞர் பாரதியின் பெயர் இப்பொழுது குஜராத்தில் நன்கு தெரிந்த பெயராகி விட்டது என்று கூற முடியும். அவருடைய பல கவிதைகள் சி. சக்கரவர்த்தி இராஜகோபாலாச்சாரியாரால் ஆங்கிலத்தில் மொழிபெயர்க்கப்பெற்று, 'யங் இந்தியா'வில் வெளிவந்துள்ளன. ஆச்ரமத்தின் 'உத்தியோக மந்திர்' இதழான 'மதுபுட்' (தேன் கூடு)டிற்காக ஸ்ரீ ஜகத்ராம்தவே அந்தக் கவிதைகளுள் ஒன்றான 'நெஞ்சு பொறுக்குதிலையே' எனும் கவிதையைக் குஜராத்தி மொழியாக்கம் செய்துள்ளார். இது ஆர்வமூட்டுவதாகவும், அறிவூட்டுவதாகவும் இருப்பதால் கீழே வழங்கியுள்ளேன். ஜகத்ராம் தவே கிராம மக்களின் தொண்டராகவும் கவிஞராகவும் விளங்குகின்றார்.

"பாரதி பாடல்களில் இருந்து நாம் நிறைய அறிந்து கொள்ள முடியும்" என நான் நம்புகின்றேன். "மக்களை முன்னேற்றத் தூண்டும் சக்தி அளிக்க வல்ல எழுத்தைக் கவிதை என்று ஏன் சொல்லக் கூடாது? எழுச்சியூட்டும் சக்தி பெறாததைக் கவிதை என்று சொல்ல இயலுமோ?

(பாரதியியல் ஆய்வுக் கட்டுரைகள் – இரண்டாம் பாகம், பக். 262, 263)

பாரதி மறைவிற்குப்பின் கல்கி முன்னெடுப்பில், மக்கள் பங்களிப்பில் எட்டயபுரத்தில் பாரதி மணிமண்டபம் அமைந்தது. இந்த மணிமண்டபத்திற்கான அடிக்கல்லை 1945 சூன் 3ஆம் தேதி இராஜாஜி நாட்டினார். 1947இல் மணிமண்டபம் திறக்கப்பட்டது. அடிக்கல் நாட்டப்பட்டவேளையில் காந்தியடிகள் தம் கைப்படத் தமிழில் எழுதிக் கையொப்பமிட்டுப் பாரதி மணிமண்டப முயற்சிக்கு வாழ்த்துத் தெரிவித்திருந்தார். காந்தியின் தமிழ்க் கையெழுத்தில் கையொப்பத்துடன்கூடிய வாசகம் இதுதான்: "பாரதி ஞாபகார்த்த பிரயத்தனங்களுக்கு என் ஆசீர்வாதம் – மோ.க. காந்தி".

இவ்வாறு 1910 தொடங்கி 1945 வரை பாரதியின் 'பால பாரதா' இதழ் தொடங்கிப் பாரதி மணிமண்டபம் வரை காந்தியின் இதழ்களிலும் கடிதங்களிலும் தந்தியிலும் கையெழுத்து வடிவிலும் என ஏறத்தாழ 36 ஆண்டுக்காலப் பரப்பில் பாரதி அவ்வப்போது பதிவுபெற்று வந்திருக்கின்றார் என்கின்ற வரலாறு காந்தி – பாரதி தொடர்பில் பல உண்மைகளை நமக்கு உணர்த்துகின்றது.

~

காந்தி – பாரதி சந்திப்பு

காந்தி – பாரதி தொடர்பு வரலாற்றில் இருவரும் சந்தித்துக்கொண்ட நிகழ்ச்சி தனித்த கவனத்திற்கு உரியதாகும்.

"பாரதியாரும் மகாத்மாவும் சந்தித்தார்கள்; பேசினார்கள்; ஒரே தடவையில், ஒருவரையொருவர் நன்றாகத் தெரிந்துகொண்டார்கள்" என்று தொடங்கிக் காந்தி–பாரதி சந்திப்பை வ.ரா. தீட்டிக்காட்டிய சித்திரம் பாரதிய வரலாற்றில் அழியாச் சித்திரமாக நம் அகங்களையெல்லாம் ஆட்கொள்கின்றது. சென்னை கத்தீட்ரல் சாலை இரண்டாம் எண் வளமனை. இராஜாஜி குடியிருந்த அந்த இல்லத்தில்தான் காந்தியைப் பாரதி சந்தித்தார். சந்திப்பு நடந்தபோது பாரதியுடன் வந்தவர் பின்னாள்களில் அரவிந்தர் ஆசிரமத்தில் ஐக்கியமான

அமிர்தா. காந்தி தங்கியிருந்த இடத்தில் வாயில் காக்கும் பணியை ஏற்றிருந்தவர் வ.ரா.. வளமனைக்குள் காந்தியுடன் இருந்தவர்களில் ஒருவர் இராஜாஜி. இந்த வரலாற்றுச் சந்திப்பை அமிர்தா, வ.ரா., இராஜாஜி மூவருமே பதிவுசெய்துள்ளனர். சந்திப்பின் நிறைவில் "மிஸ்டர் காந்தி! தாங்கள் ஆரம்பிக்கப்போகும் இயக்கத்தை நான் ஆசீர்வதிக்கிறேன்." என்று சொல்லிப் புறப்பட்டுவிட்டார் பாரதி. அவர் புறப்பட்டுப் போனதும் "இவர் யார்?" என்று காந்தி கேட்க, இராஜாஜி "அவர் எங்கள் தமிழ் நாட்டுக் கவி" என்று சொல்ல, "இவரைப் பத்திரமாகப் பாதுகாக்க வேண்டும்" என்றார் காந்தி.

இந்தச் சந்திப்பை வ.ரா. வழியாகவோ அமிர்தா வழியாகவோ அறிந்த பாரதிதாசன் தான் எடுக்கவிருந்த "மகாகவி பாரதியார்" திரைப்படத்திற்கான கதை உரையாடலில் விரிவாகக் காட்சிப்படுத்தியிருக்கின்றார். காந்தி என்னதான் பேசியிருப்பார் என அறிய ஆவல்கொண்ட எழுத்தாளர் க.நா.சு. இராஜாஜியிடமே நேரிடையாகக் கேட்டுப்பார்த்தும் இருக்கிறார். காலங்கள் பல கடந்ததால் என்ன பேசப்பட்டது என்பது இராஜாஜியின் நினைவில் இல்லை என்பதை அறிந்தார் க.நா.சு.

இந்தச் சந்திப்பு நடந்த தேதி இதுவரை துல்லியம் பெற்றதில்லை. சந்திப்பின்போது பாரதி அன்றைய தினம் தான் நிகழ்த்தவிருந்த சொற்பொழிவு நிகழ்ச்சிக்குக் காந்தியைத் தலைமைதாங்கக் கேட்டிருக்கின்றார். இதனைவைத்து ஆராயும்போது சந்திப்பு நடந்த தேதியைக் கணிக்க முடிகின்றது. 1919 மார்ச் 18ஆம் தேதிமுதல் 23ஆம் தேதி வரை காந்தி சென்னையில் இராஜாஜி இல்லத்தில் தங்கியிருந்தார்.

கடலூருக்கு அருகில் கைதாகிப் பின்னர் விடுதலை பெற்றுக் கடையம் சென்ற பாரதி முதன்முறையாகச் சென்னை வந்த காலக்கட்டத்தில்தான் இந்தச் சந்திப்பு நடந்திருக்கிறது. அந்த முதல் சென்னைப் பயணத்தில் பாரதி ஐந்து சொற்பொழிவுகளை ஆற்றத் திட்டமிடுகின்றார்; ஆற்றுகின்றார். 1919 மார்ச் 2, மார்ச் 17, மார்ச் 21, மார்ச் 29, ஏப்ரல் 3 ஆகிய நாள்களில் பாரதியின் சொற்பொழிவு நிகழ்ச்சிகள் நடந்திருக்கின்றன. நீதிபதி எஸ். சுப்பிரமணிய அய்யர், மாங்கொட்டைச் சாமி, 'சுதேசமித்திரன்' ஆசிரியர் அரங்கசாமி ஐயங்கார் ஆகியோர் முறையே மார்ச் 2, மார்ச் 17, ஏப்ரல் 3 ஆகிய நாள்களில் நடந்த கூட்டங்களுக்குத் தலைமை வகித்துள்ளனர். இந்த ஐந்து சொற்பொழிவுகளில் தலைமை குறிப்பிடப்படாமல் நாளிதழ்களில் அறிவிப்பு வந்த பாரதியின் சொற்பொழிவு நிகழ்ச்சியும் காந்தி தங்கியிருந்த நாள்களுக்குள்

அமைவதும் 1919 மார்ச் 21ஆம் நாளேயாகும். எனவே இந்த நாளே காந்தி – பாரதி சந்தித்த நாளாக இருத்தல் வேண்டும்.

~

மகாத்மா என்று குறிப்பிடல்

பாரதி காந்தியை மகாத்மா என அழைத்தமை தொடர்பாகப் பாரதியியலில் சில கருத்துகள் நிலவுகின்றன. 1919 ஏப்ரல் 12ஆம் நாள் தாகூர் காந்திக்கு எழுதிய கடிதத்தில் "அன்பார்ந்த மகாத்மாஜி" என அவரை அழைத்து எழுதிய பின்னரே காந்தியடிகளை "மகாத்மா" என்று எல்லோரும் குறிப்பிடுவது பெருவழக்காயிற்று என ரகுநாதன் (பாரதி: காலமும் கருத்தும், ப.491) எழுதியுள்ளார். தாகூர் குறிப்பிட்டதற்கு முன்னர் 1910இல் கனய்லால் கிரிதாரிலால் கோத்தாரி என்பவரும், 1913இல் கஞ்சி கேவல் என்பவரும், 1915இல் ஜீவராம் பாய் என்ற வடமொழிப் பண்டிதரும் காந்தியை மகாத்மா என அழைத்த பதிவுகளையும் ரகுநாதன் எடுத்துக்காட்டியுள்ளார். பாரதியின் "மஹாத்மா காந்தி பஞ்சகம்", "ஸ்ரீ பாரத மாதா நவரத்ந மாலை" கவிதைகளைத் தாகூர் கடிதத் தேதியோடு இணைத்தெண்ணும் நிலையை ரகுநாதன் கொண்டுள்ளார். எனினும் மகாத்மா என்ற நேரடியான சொல்லாட்சி "ஸ்ரீ பாரத மாதா நவரத்ந மாலை"யில் இடம்பெறவில்லை. தாகூர் மொழியாகப் "புவிமிசை யின்று மனிதர்க் கெல்லாந் தலைப்படு மனிதன்" என்னும் ஆட்சியே உள்ளது. "மஹாத்மா காந்தி பஞ்சக"த்தில் நேரடியாக "மஹாத்மா" என்னும் ஆட்சி உள்ளது. பாரதியின் காந்தி குறித்த எழுத்துகளைத் தொகுத்து நோக்குகையில் தாகூரின் கடிதக் காலத்திற்கு முன்பே காந்தியை "மஹாத்மா" எனக் குறிப்பிட்டுள்ளார் என்பது புலனாகின்றது. காந்தியைச் சென்னையில் நேரடியாகச் சந்திப்பதற்கு முன்பே, ஒத்துழையாமை இயக்கத்தைக் காந்தி தொடங்குவதற்கு முன்பே, புதுவையில் இருந்தபோதே பாரதி காந்தியை "மகாத்மா" என்று கட்டுரைகளில் ஒன்றுக்கு மேற்பட்ட தடவைகள் குறிப்பிட்டிருக்கின்றார். புதுவை வாசத்தின்போது ஒரு பெண்கள் கூட்டத்தில் தன் மகள் தங்கம்மா படித்தது என்னும் குறிப்போடு "பெண் விடுதலைக்குத் தமிழப் பெண்கள் செய்யத்தக்கது யாது?" என்னும் தலைப்பில் 'சுதேசமித்திர'னில் எழுதிய ஒரு கட்டுரையில் (03.05.1918) காந்தியடிகளை "மகாத்மா காந்தி" எனக் குறிப்பிட்டுள்ளார்.

மேலும் புதுவையிலிருந்தபொழுது 'சுதேசமித்திர'னுக்கு எழுதிய "திருவிளக்கு" என்னும் கட்டுரையில் (16.05.1918)

யதுகிரி அம்மா பெண்கள் முன்னேற்றம் குறித்துச் செய்த சொற்பொழிவாக வரும் பகுதியிலும் "மகாத்மா காந்தி" என்னும் பதிவைப் பாரதியார் இடம்பெறச்செய்துள்ளார்.

இக்களத்தில் மேலும் ஆராய வாய்ப்புள்ளது. தாகூரின் கடிதத்தால் அல்லாமல் பொதுவாகவே இந்திய அளவில் "மகாத்மா" என அழைக்கும் நிலை தோன்றிவிட்டதன் எதிரொலியே பாரதியின் ஆட்சி எனக் கொள்ள வாய்ப்புள்ளது. "ஸ்ரீ பாரத மாதா நவரத்ந மாலை"யில் தாகூர் கூற்றாக அமையும் காந்தி குறித்த மொழிகள் தனி. தந்தை பெரியாருக்குத் "தமிழ்நாட்டுப் பெண்கள் மாநாடு" 12, 13–11–1938இல் பெரியார் என்ற சொல்லால் எப்போதும் அவரைக் குறிப்பிட வேண்டுமென அறிவித்தது. 1938இல் நடந்த அம்மாநாட்டில் "பெரியார்" என்னும் பட்டத்தை அளித்ததாகப் பொதுநிலையில் கருத்துகள் வழங்குகின்றன. ஆனால், அதற்கும் முன்பே புதுமைப்பித்தன் 1934 சூலை 22ஆம் தேதி தனது "புதிய நந்தன்" கதையில் இராமசாமிப் பெரியார் எனக் குறிப்பிட்டுள்ளதும் வேறு பலரும் அவ்வாறே பெரியார் எனச் சுட்டியுள்ளதும் போன்றதொரு நிலையாக "மகாத்மா" என்னும் ஆட்சியையும் நாம் எண்ணிப்பார்க்கலாம்.

தன்னளவில் உரைநடை எழுத்துகளிலும் கவிதையிலும் 1918ஆம் ஆண்டுமுதலே "மகாத்மா" எனக் குறிப்பிடத்தொடங்கிய பாரதி காந்தியடிகளை "மகாத்மா" என அழைப்பது குறித்த தனது நிலைப்பாட்டையும் பிறிதொரு நிகழ்வினை எடுத்துக்காட்டி எழுதியுள்ளமை சிறப்பாக நோக்கத்தக்கதாகும். 1920ஆம் ஆண்டு நவம்பர் மாதம் 'சுதேசமித்திரன்' நாளிதழில் "விநோதக் கொத்து" என்ற தலைப்பில் எழுதிய கட்டுரையில் கேரள மண்ணில் கூடிய ஒரு சபையில் சீநிவாச சாத்திரியார் "மிஸ்டர் காந்தி" என "மகாத்மா" என்னும் அடைமொழியின்றிப் பலமுறை சொல்லியதாகவும், கூட்டத்திலிருந்தோர் ஒவ்வொரு முறையும் "மகாத்மா" என அழைக்க வலியுறுத்தியதாகவும், கடைசிவரை சாத்திரியார் "மகாத்மா" எனச் சொல்ல மறுத்துவிட்டதாகவும் அந்த நிகழ்ச்சியை எடுத்துரைத்துக் காந்தியை "மகாத்மா" என அழைப்பது பற்றிய தனது எண்ணத்தை வெளிப்படுத்தியுள்ள இந்தப் பதிவு மிக முக்கியமானதாகும்.

> "நாராயண" என்னும் பதத்தை உச்சரிப்பதில் ஹிரண்யனுக்கிருந்த கஷ்டம் "மஹாத்மா" என்பதில் ஸ்ரீமான் சாஸ்த்ரிக்கு உண்டாவதாகத் தோன்றுகிறது. ஸ்ரீமான் காந்திக்கும் ஸ்ரீமான் சாஸ்திரிக்கும் அபிப்பிராய பேதமிருக்கலாம். மேலும் மஹாத்மா காந்தியின்

பெயரை உச்சரிக்கும் போதெல்லாம் ஒவ்வொருவனும் "மஹாத்மா" என்று சொல்லுதல் அவசியமென்று நான் பேசவில்லை. ஸபையார் விரும்பிக் கேட்குமிடத்தே நம் நாட்டு தேசாபிமானி யொருவருக்கு ஒரு உயர்ந்த பட்டம் கொடுப்பதில் நாமேன் திகைக்க வேண்டுமென்று நான் கேட்கிறேன்.

1920ஆம் ஆண்டு இறுதியில் கேரள மண்ணில் நடந்த நிகழ்ச்சியில் சீநிவாச சாத்திரியார் காந்தியை "மகாத்மா" என்று குறிப்பிடுவதைத் தவிர்த்தமை பற்றிப் பாரதி எழுதியுள்ளார். 1934ஆம் ஆண்டு வாக்கில்கூட சீநிவாச சாத்திரியார் "மகாத்மா" என்று சொல்லாமல் லண்டனில் பேசியதாகவும் அங்கிருந்த மாணவர்கள் "மகாத்மா" என்று சொல்ல வேண்டும் என்று வலியுறுத்தியவுடன் சொல்லியதாகவும் சீநிவாச சாத்திரியாரே எழுதிய பதிவொன்று (என் வாழ்க்கையின் அம்சங்கள், பக். 69, 70) உள்ளது. பாரதியின் பதிவோடு இணைத்து நோக்கத்தக்க பதிவாக அது அமைகிறது.

~

காந்தியின் கருத்தின்மீது கடும் விமர்சனம்

பாரதி எழுதிய நெடுங்கதை "சந்திரிகையின் கதை" என்பதாகும். பொதியமலைச் சாரலில் வேளாண்குடி என்னும் கிராமம் பூகம்பத்தில் அழிந்துகொண்டிருந்த நேரத்தில் குழந்தையைப் பெற்றெடுத்த கோமதி என்னும் பெண் தன் கணவரின் விதவைத் தங்கை விசாலாட்சியை அழைத்தாள். தான் சாகக் கிடக்கும் தருணத்தை அவளுக்கு உணர்த்தி, தன் இறுதி விருப்பமாக இரண்டு செய்திகளைச் சொன்னாள். முதற்செய்தி: "நீ விவாகம் செய்துகொள். விதவா விவாகம் செய்யத்தக்கது... தைர்யத்துடன் சென்னப்பட்டணத்துக்குப் போய் அங்கு கைம்பெண் விவாகத்துக்கு உதவி செய்யும் ஸபையாரைக் கண்டுபிடித்து, அவர்கள் மூலமாக நல்ல மாப்பிள்ளையைத் தேடி வாழ்க்கைப்படு". இரண்டாம் செய்தி: "நீ யுள்ளவரை என் குழந்தையைக் காப்பாற்று" – என்பதாகும். கதையில் தொடர்ந்து கைம்பெண் மறுமணம் வலியுறுத்தப்படுகிறது. இப்படிப் பாரதி விதவை மறுமணம் குறித்துப் புரட்சிகரமாகச் சிந்தித்திருக்கின்றார். விதவை மறுமணம் தொடர்பாக விவேகானந்தர் தெரிவித்த கருத்துகளைப் பாரதி கண்டித்திருக்கின்றார். காந்தியடிகள் 'நவ ஜீவனில்' விதவை மறுமணம் குறித்து எழுதிய கருத்துகளைக் குறித்து "இந்தியாவில் விதவைகளின் பரிதாபகரமான நிலைமை" என்னும் கட்டுரையில் விரிவாகப் பேசியிருக்கின்றார். வேறு சில

கருத்துகளில் காந்தியோடு மென்மையாக முரண்பட்டிருக்கின்ற பாரதி இந்த விஷயத்தில் கடுமையாக விமர்சனத்தை வைத்திருக்கின்றார். திராவிடர் கழகத்தின் தலைவர் கி. வீரமணி அவர்கள், பெரியாரின் பெண்ணுரிமைச் சிந்தனைகளையும் பாரதியின் பெண்ணுரிமைச் சிந்தனைகளையும் ஒப்பிட்டுக் கருத்துரைத்துச் செல்கையில் காந்தியின்மீதான இந்த விமர்சனத்தைக் குறித்து விதந்து பேசுகின்றார்:

> விதவை மறுமணத்தில் காந்தியடிகளையும் பாரதி விட்டு வைக்கவில்லை! "பால்ய விதவைகள் புனர் விவாகம் செய்து கொள்ளலாமென்று ஸ்ரீமான் காந்தி சொல்கிறார். ஆனால் அதைக்கூட உறுதியாகச் சொல்ல அவருக்குத் தைர்யமில்லை. மழுப்புகிறார். எல்லா விதவைகளும் மறுமணம் செய்துகொள்ள இடம் கொடுப்பதே இந்தியாவில் மாதருக்குச் செய்யப்படும் அநியாயங்கள் எல்லாவற்றிலும் பெரிதான இந்த அநியாயத்திற்கு தகுந்த மாற்று. மற்ற பேச்சு எல்லாம் வீண்கதை" என்று பாரதியார் சமரசத்திற்கு இடமில்லாமல் தந்தை பெரியார் போல் உறுதிபடச் சொல்கிறார்.
>
> *(கி. வீரமணி, பெண்ணுரிமை (தந்தை பெரியாரின் கருத்துரைகள்), ப. xi)*

காந்தியின் விதவை மறுமணம் குறித்த கருத்துகளின்மீது பாரதி எள்ளலும் கடுமையும் தொனிக்க விமர்சனங்களை வைத்திருக்கின்றார்.

- பெரும்பாலும் கிழவர்களே முதல் தாரத்தை இழப்பதாக ஸ்ரீமான் காந்தி நினைப்பதும் தவறு.
- ஸ்திரீ - விதவைகளின் தொகையைக் குறைக்க வழி கேட்டால் ஸ்ரீமான் காந்தி "புருஷ – விதவை"களின் தொகையை அதிகப்படுத்த வேண்டுமென்கிறார்.
- எனவே, எவ்வகையிலே நோக்குமிடத்தும் ஸ்ரீமான் காந்தி சொல்லும் உபாயம் நியாய விரோதமானது; சாத்தியப்படாதது; பயனற்றது.

இப்படியெல்லாம் கடுமை தொனிக்க காந்தியிடம் பாரதி வேறுபட்டுக் கண்டனம் புரிந்தது இந்த ஒரு பொருண்மையில்தான்.

இப்படிப்பட்ட பக்கங்களையும் நாம் காந்தி – பாரதி தொடர்பு வரலாற்றில் காண்கின்றோம்.

~

இந்நூற் பதிப்பு

இத்தொகுதியில் இடம்பெறும் மகாத்மா காந்தியை மையமிட்ட மூன்று கவிதைகளில் "ஸ்ரீ பாரத மாதா நவரத்ந மாலை", "இந்தியாவின் அழைப்பு" என்னும் இரு கவிதைகளும் முதன்முறையாக மூலவடிவத்தை அடியொற்றி வெளிப்படுத்தப்பட்டுள்ளன. இக்கவிதைகள் இதற்கு முன்பும் வெளிவந்துள்ளபோதிலும் அவை மூலத்தை அடியொற்றியனவாக அமையவில்லை. "ஸ்ரீ பாரத மாதா நவரத்ந மாலை" கவிதை பாரதி நூற்பதிப்பு வரலாற்றில் முதன்முறையாக இந்நூலில்தான் உரிய காலக்குறிப்போடு இடம்பெறுகின்றது. இப்பாடல்களின்கீழ் உள்ள குறிப்புகள் பாரதியால் அளிக்கப்பெற்றவையாகும்.

இத்தொகுதியில் இடம்பெறும் பாரதி எழுதிய கட்டுரைகளில் "திரான்ஸ்வாலில் நமது சகோதரர்கள்", "நாஜரத்தில் சென்னைக் கவர்னர்", "திரான்ஸ்வாலிலிருந்து வந்த தமிழர் முறையிடுவது", "ஸ்ரீமான் மோஹனலால் கே. காந்திஸிங்", "விறகு வெட்டியாயும் தண்ணீர் தூக்கியாயும் இந்தியர்களுக்கு எத்தனை காலம்?", "இவ்வருஷத்திய பாரத ஜாதீய மகாசபை" ஆகியன 'இந்தியா' இதழ்களிலிருந்தும், "தென் ஆப்ரிக்காவுக்குப் போகும் கூலிகளைத் தடுத்தல்" கட்டுரை 'விஜயா' இதழிலிருந்தும், "தராசு: ஸ்ரீமான் காந்தியின் கொள்கைகள்", "பல", "தமிழ் வளர்த்தல்", "யேசு கிறிஸ்துவின் வார்த்தை", "பெண் விடுதலைக்குத் தமிழப் பெண்கள் செய்யத்தக்கது யாது?", "திருவிளக்கு", "காலநிலை – ஒரு விநோதம்", "இஸ்லாம் மதத்தின் மகிமை", "எகிப்தின் விடுதலை", "விநோதக்கொத்து", "சுதேசமித்திரன் பத்திரிகையும் தமிழ்நாடும்", "உலக விநோதங்கள்", "ஒளிர்மணிக்கோவை", "ரங்கூன் சர்வகலா சங்க பகிஷ்காரம்", "ஹாஸ்யம்", "தீப்பொறிகள்", "மணித்திரள்", "ஒரு கோடி ரூபாய்" ஆகியன 'சுதேசமித்திரன்' இதழ்களிலிருந்தும் நேரடியாக எடுத்தளிக்கப்பெற்றுள்ளன. பிற சில கட்டுரைகள் "கால வரிசைப்படுத்தப்பட்ட பாரதி படைப்புகள்" தொகுதிகளின் அடிப்படையில் இந்நூலில் இடம்பெறுகின்றன. இக்கட்டுரைகளில் "தமிழ் வளர்த்தல்", "திருவிளக்கு", "காலநிலை – ஒரு விநோதம்", "எகிப்தின் விடுதலை", "தென் இந்தியா வியாபாரம்", "விநோதக்கொத்து", "ஒளிர்மணிக்கோவை" ஆகியன சீனி. விசுவநாதன் அவர்களால் முதலில் கண்டறிந்து வெளிப்படுத்தப்பெற்றவை என்பது சுட்டத்தக்கது.

இத்தொகுதியில், காந்தி குறித்த பதிவு இடம்பெற்ற பாரதியின் சொற்பொழிவு 'சுதேசமித்திர'னிலிருந்து நேரடியாக எடுத்தளிக்கப்பெற்றுள்ளது.

'யங் இந்தியா' இதழில் இடம்பெற்ற இராஜாஜியின் பாரதி பாடல் மொழிபெயர்ப்புகள் அனைத்தும் அம்மூல இதழ்களிலிருந்தே இத்தொகுதியில் திரட்டியளிக்கப்பெற்றுள்ளன. இராஜாஜியின் இந்த மொழிபெயர்ப்புகள் கல்கத்தா பாரதி தமிழ்ச் சங்கம் 1979இல் வெளியிட்ட "BHARATI-THE TAMIL POET" என்னும் நூலிலும் இடம்பெற்றுள்ளன. அந் நூலில் இராஜாஜியின் முன்னுரை உள்ளதே தவிர 'யங் இந்தியா' இதழில் இடம்பெற்ற காந்தியடிகளின் "Justice Run Mad" என்னும் பதிவு இடம்பெறவில்லை. பெ.சு. மணி இம்மொழிபெயர்ப்புகளில் பலவற்றை எடுத்துக்காட்டிப் "பாரதி புகழ் பரப்பிய ராஜாஜி" கட்டுரையில் எழுதியுள்ளபோதிலும் மொழிபெயர்ப்புகள் யாவும் முழுமை நிலையில் அக்கட்டுரையுள் இடம்பெறவில்லை. "இராஜாஜியின் பிற மொழிபெயர்ப்புகளிலும் பாரதி யுணர்வு உள்ளது உள்ளபடியே நேரிய முறையில் வெளிப்படுத்தப்பட்டுள்ளது" (பாரதியியல் ஆய்வுக் கட்டுரைகள் – இரண்டாம் பாகம், ப. 277) எனக் குறிப்பிட்டுள்ளார் என்பதும் மனங்கொள்ளத்தக்கது.

'இந்தியன் ஒப்பீனியன்' இதழில் இடம்பெற்ற பாரதியின் 'பால பாரதா' அறிவிப்பு, காந்தியின் கடிதக் குறிப்புகள் முதலியனவும் முதன்முறையாக இத்தொகுதியில் இடம்பெறுகின்றன.

~

மானுட விடுதலைக்கான உலகளாவிய பேரடையாளமாகிய காந்தியையும் தமிழுலகளாவிய பேரடையாளமாகிய பாரதியையும் ஒருசேர எண்ணிப்பார்க்கும் இத்தொகை நூலை உருவாக்கும் பணியில் புதுதில்லி நேரு நினைவு நூலகம், சென்னை ரோஜா முத்தையா ஆய்வு நூலகம், உ.வே.சா. நூலகம் முதலியன பயன்பட்டிருக்கின்றன.

பாரதியியல் முன்னோடி சீனி. விசுவநாதன் அவர்களின் கால வரிசைப்படுத்தப்பட்ட பாரதி படைப்புகள் தொகுதிகளை இந்நூலுக்காக நான் பயன்கொண்டுள்ளேன். பெரியவர் சீனி. விசுவநாதன் அவர்களுக்கு என் நன்றியை உரித்தாக்கிக் கொள்ளுகின்றேன். இந்த முதுபெரும் பாரதியியலாளருக்கு இந்தப் பதிப்பு படையலாகின்றது.

என்னுடைய பாரதியியல் பங்களிப்புகள் வெளிச்சம் பெற்றமைக்கு முதன்மையான காரணகர்த்தா பாரதி அறிஞராக

மட்டுமல்லாமல் உலகளாவிய தமிழியல் அறிஞராகவும் விளங்கும் ஆ.இரா. வேங்கடாசலபதி. சலபதியுடனான நட்பும் சலபதியையும் என்னையும் இரட்டையர்களாகக் குறிப்பிட்ட பாரதியியல் முன்னோடி சீனி. விசுவநாதன் அவர்களின் வாழ்த்தும் வாழ்வில் நான் பெற்ற பெரும்பேறு.

பாரதியியலில் என் புதிய புதிய கண்டுபிடிப்புகள் உலகளாவிய நிலையில் அறியப்பெறக் காரணகர்த்தாக்களுள் குறிப்பிடத்தக்கவர் காலச்சுவடு திரு. கண்ணன். இந்நூலாக்கத்தில் காலச்சுவடு பதிப்பகத்தின், குறிப்பாக அன்புக்குரிய கலாவின் இடைவிடாப் பங்களிப்பைத் தனித்துக் குறிப்பிடவேண்டும். அவ்வாறே நூல் வடிவமைப்பில் கீழ்வேளூர் பா. ராமநாதனின் தேர்ந்த ஆற்றலையும்.

என் பங்களிப்புகளின் பின்புலத்தில் என் அருமை ஆய்வு மாணவச் செல்வங்கள் ஒளிர்ந்துகொண்டிருக்கின்றனர். இந்நூற் பணிகளிலும் என் முனைவர் பட்ட ஆய்வு மாணவர்களான செல்வி ஏ. கவிதா, செல்வி கோ. லோகேஸ்வரி, செல்வன் சி. இளங்கோ, செல்வன் இரா. நவீன்குமார் முதலியோர் நிறைந்திருக்கின்றனர். குறிப்பாக, கூடுதலாகச் சி. இளங்கோ.

எதிர்ப்படும் சுழல்களுக்கிடையிலும் வாழ்க்கைப் படகு முன்னேறிச் செல்ல ஏறத்தாழ முப்பத்தேழு ஆண்டுகளாக “நாங்களிருக்கின்றோம்” என என்னோடு இருப்பவர்கள் அண்ணன் திரு. தி. நடராசன் அவர்களும் திரு. தி. வேணுகோபால் அவர்களும்.

என் பாரதி தேடல் பயணத்தில் தங்களைக் கரைத்துக்கொண்ட என் மனைவி ம. சாந்தி, மகன் ம. நச்சினார்க்கினியன்

– இவர்களையெல்லாம் இத்தருணத்தில் நினைகின்றேன்.

தனி மனிதனால் என்ன செய்துவிட முடியும். சமூகமும் தோழமை உள்ளங்களும் உறுதுணையாவதால் யாவும் சாத்தியமாகின்றன. பாடுகளும் பாலைகளும் சூழ வலம்வரும் என் வாழ்க்கைப் பயணத்தில் ஒரு மானுட தெய்வதத்தின் தோழமை என்னை உய்வித்திருக்கின்றது; ஒளிரவைத்திருக்கின்றது. மற்றுமிரு மானுட தெய்வதங்கள் என்னைத் தூக்கி நிறுத்தியிருக்கின்றன. அவர்களை இம்முன்னுரையை நிறைவு செய்யும் தருணத்தில் நினைந்து நெகிழ்கின்றேன்.

காந்தி – பாரதி தொடர்பு வரலாற்றில் இந்நூல் ஒரு முன்னோட்ட முயற்சி. மேன்மேலும் ஆவணங்கள், அருஞ் செய்திகள் வரும் காலங்களில் கிட்டக்கூடும். கூடுதலாக

அறிந்தவர்கள் பகிர்ந்துகொள்ளப் பகிர்ந்துகொள்ள இக்களம் வளம்பெறும்.

சென்னை   ய. மணிகண்டன்

பகுதி 1

பாரதி பார்வையில் காந்தி

பாரதி கவிதைகளில் காந்தி

1
மஹாத்மா காந்தி பஞ்சகம்

வாழ்கநீ! எம்மான், இந்த
வையத்து நாட்டி லெல்லாந்
தாழ்வுற்று வறுமை மிஞ்சி,
விடுதலை தவறிக் கெட்டுப்
பாழ்பட்டு நின்ற தாமோர்
பாரத தேசந் தன்னை
வாழ்விக்க வந்த காந்தி
மஹாத்ம!நீ வாழ்க; வாழ்க!

அடிமைவாழ் வகன்றிந் நாட்டார்
விடுதலை யார்ந்து செல்வம்,
குடிமையி லுயர்வு, கல்வி,
ஞானமுங் கூடி யோங்கிப்
படிமிசைத் தலைமை யெய்தும்
படிக்கொரு சூழ்ச்சி செய்தாய்
முடிவிலாக் கீர்த்தி பெற்றாய்
புவிக்குளே முதன்மை யுற்றாய்.

---

* *சுதேச கீதங்கள்* (இரண்டாம் பாகம்), பக். 9, 10.

(வேறு)

கொடியவெந் நாக பாசத்தை மாற்ற
 மூலிகை கொணர்ந்தவ னென்கோ?
இடிமின்னல் காக்குங் குடைசெய்தா னென்கோ?
 என்சொலிப் புகழ்வதிங் குனையே?
விடிவிலாத் துன்பஞ் செயும்பரா தீன
 வெம்பிணி யகற்றிடும் வண்ணம்.
படிமிசைப் புதிதாச் சாலவு மெளிதாம்
 படிக்கொரு சூழ்ச்சிநீ படைத்தாய்!

தன்னுயிர் போலே தனக்கழி வெண்ணும்
 பிறனுயிர் தன்னையுங் கணித்தல்;
மன்னுயி ரெல்லாங் கடவுளின் வடிவம்
 கடவுளின் மக்களென் றுணர்தல்;
இன்னமெய்ஞ் ஞானத் துணிவினை மற்றாங்
 கிழிபடு போர்,கொலை, தண்டம்
பின்னியே கிடக்கும் அரசிய லதனிற்
 பிணைத்திடத் துணிந்தனை பெருமான்!

பெருங்கொலை வழியாம் போர்வழி யிகழ்ந்தாய்
 அதனிலுந் திறன்பெரி துடைத்தாம்
அருங்கலை வாணர் மெய்த்தொண்டர் தங்கள்
 அறவழி யென்றுநீ யறிந்தாய்;
நெருங்கிய பயன்சேர் "ஒத்துழை யாமை"
 நெறியினால் இந்தியா விற்கு
வருங்கதி கண்டு பகைத்தொழில் மறந்து
 வையகம் வாழ்கநல் லறத்தே.

~~

2

ஓம் சக்தி

ஸ்ரீ பாரத மாதா நவரத்ந மாலை

கணபதி காப்பு (வெண்பா)

வீரமுப் பத்திரண்டு கோடி விளைவித்த
பாரதமா தாவின் பதமலர்க்கே – சீரார்
†நவரத்ன மாலையிங்கு நான்சூட்டக் காப்பாம்;
‡சிவரத்ந மைந்தன் திறம்.

நூல்

வெண்பா

(1) திறமிக்க நல்**வயிரச்** சீர்திகழு மேனி
அறமிக்க சிந்தை; அறிவு – பிறநலங்கள்
எண்ணற் றனபெறுவார் "இந்தியா" என்றநின்றன்
கண்ணொத்த பேருரைத்தக் கால்.

கட்டளைக் கலித்துறை

(2) காலன் எதிர்ப்படிற் கைகூப்பிக்
கும்பிட்டுக் கம்பனமுற்
றோலமிட் டோடி மறைந்தொழி
வான்;பகை யொன்றுளதோ ?
நீலக் கடலொத்த கோலத்தி
னாள்,மூன்று நேத்திரத்தாள்§
காலக் கடலுக்கொர் பாலமிட்
டாள்,அன்னை காற்படினே.

---

* 8–7–1921

† நவரத்ந மாலை – இந்நூலில் ஒன்பது பாடலிலும் முறையே ஒன்பது இரத்தினங்களின் பெயர்கள் இயற்கைப் பொருளிலேனும் சிலேடைப் பொருளிலேனும் வழங்கப்பட்டிருத்தல் காண்க.

‡ சிவ ரத்ந மைந்தன் – சிவமாகிய ரத்நத்திற்குப் பிறந்த மைந்தன்; விநாயகன்.

§ மூன்று நேத்திரத்தாள் – இங்கு பாரதமாதாவை லோக மாதாவாகிய உமாதேவியாகப் பாவனை செய்யப்பட்டிருக்கின்றது.

எண்சீர்க் கழிநெடி லாசிரிய விருத்தம்

(3) அன்னையே, அந்நாளில் அவனிக் கெல்லாம்
ஆணி**முத்து**ப் போன்றமணி மொழிக ளாலே
பன்னிநீ வேதங்கள், உபநிடங்கள்,
பரவுபுகழ்ப் புராணங்கள், இதிஹா ஸங்கள்
இன்னும்பன் னூல்களிலே யிசைத்த ஞானம்
என்னென்று புகழ்ந்துரைப்போம் அதனை யிந்நாள்?
மின்னுகின்ற பேரொளிகாண்! காலங் கொன்ற
விருந்துகாண்! கடவுளுக்கோர் வெற்றி காணே.

ஆசிரியப்பா

(4) வெற்றி கூறுமின்! வெண்சங் கூதுமின்!
கற்றவ ராலே உலகுகாப் புற்ற,
துற்றதிங் கிந்நாள்! உலகினுக் கெல்லாம்
இற்றைநாள் வரையினும், அறமிலா மறவர்,
குற்றமே தமது மகுடமாக் கொண்டோர்
மற்றை மனிதரை யடிமைப் படுத்தலே
முற்றிய அறிவின் முறையென் றெண்ணுவார்;
பற்றை யரசர்தம் பழிபடு படையுடன்
சொற்றை நீதி தொகுத்துவைத் திருந்தார்.
இற்றைநாள்
பாரதி லுள்ள பலநாட் டினர்க்கும்
பாரத நாடு புதுநெறி பழக்க
லுற்றதிங் கிந்நாள் – உலகெலாம் புகழ
*இன்ப **வளஞ்**செறி பண்பல பயிற்றுங்
கவீந்திர னாகிய ரவீந்திர நாதன்
சொற்றது கேளீர்:– "புவிமிசை யின்று
மனிதர்க் கெல்லாந் தலைப்படு மனிதன்,
தர்மமே யுருவாம், மோஹன தாஸ
கர்ம சந்த்ர காந்தி"யென் றுரைத்தான்.
அத்தகைய காந்தியை அரசியல் நெறியிலே
தலைவனாக் கொண்டு புவிமிசைத் தருமமே
அரசிய லதனிலும், பிறஇய லனைத்திலும்

---

* "இன்ப வளம்" என்பதில் பவளம் என்ற மணியின் பெயர் அமைந்திருப்பது காண்க.

வெற்றி தருமென வேதஞ் சொன்னதை
முற்றும் பேண முற்பட்டு நின்றார்,
பாரத மக்கள். இதனாற் படைஞர்தஞ்
செருக்கொழிந் துலகி லறந்திறம் பாத
கற்றோர் தலைப்படக் காண்போம் – விரைவிலே
(வெற்றி கூறுமின்; வெண்சங் கூதுமின்!)

தரவு கொச்சகக் கலிப்பா

(5) ஊதுமினோ வெற்றி!
ஒலிமினோ வாழ்த்தொலிகள்!
ஓதுமினோ வேதங்கள்!
ஓங்குமினோ! ஓங்குமினோ!
தீதுசிறி தும்பயிலாச்
***செம்மணிமா** நெறிகண்டோம்
வேதனைக ளினிவேண்டா;
விடுதலையோ திண்ணமே.

வஞ்சி விருத்தம்

(6) திண்ணங் காணீர்! பச்சை
வண்ணன் பாதத் தாணை!
எண்ணங் கெடுதல் வேண்டா!
திண்ணம், விடுதலை திண்ணம்.

கலிப்பா

(7) "விடுத லைபெறு வீர்விரை வாநீர்!
வெற்றி கொள்ளுவீர்" என்றுரைத் தெங்கும்,
கெடுத லின்றிநந் தாய்த்திரு நாட்டின்
கிளர்ச்சி தன்னை வளர்ச்சிசெய் கின்றான்,–
"சுடுத லுங்குளி ரும்உயிர்க் கில்லை;
சோர்வு, வீழ்ச்சிகள் தொண்டருக் கில்லை;
எடுமி னோ,அறப் போரினை" யென்றான்
எங்†**கோ மேதக** வேந்திய காந்தி!

---

* செம்மணி மா நெறி – செவ்விய, அழகிய, பெரிய நெறி; அஃது ஒத்துழையாமை. செம்மணி – மாணிக்கம்.

† கோமேதகம் என்ற ரத்நப் பெயர் தொனித்தல் காண்க.

அறுசீர் விருத்தம்

(8) காந்திசேர் பதும ராகக்
கடிமலர் வாழ்ஸ்ரீ தேவி,
போந்துநிற் கின்றா ளின்று
பாரதப் பொன்னா டெங்கும்.
மாந்தரெல் லாருஞ் சோர்வை
அச்சத்தை மறந்து விட்டார்
காந்திசொற் கேட்டார், காண்பார்
விடுதலை கணத்தி னுள்ளே.

எழுசீர்க் கழிநெடி லாசிரிய விருத்தம்

(9) கணமெனு மென்றன் கண்முனே வருவாய்,
பாரத தேவியே, கனல்கால்
இணைவிழி, வால வாய* மாஞ் சிங்க
முதுகினி லேறிவீற் றிருந்தே.
துணைநினை வேண்டு, நாட்டினர்க் கெல்லாந்
துயர்கெட விடுதலை யருளி
மணிநகை புரிந்து திகழ்திருக் கோலங்
கண்டுநான் மகிழ்ந்திடு மாறே.

ஸ்ரீ பாரத தேவி நவரத்ந மாலை

முற்றிற்று.

~~

---

* வால் அவாயமாம் சிங்கம் – பயங்கரமான வாலினை யுடைய சிங்கம். வாலவாயம் என்பது வைடூர்யத்தின் பெயர்.

3
இந்தியாவின் அழைப்பு

வேண்டுகோள்

அன்பிற் கினிய இந்தியா! அகில
மதங்கள், நாடுகள், மாந்தருக் கெல்லாம்
தாயே! எங்கள் உணர்வினைத் தாண்டிய
சேய்நெடுங் காலத்தின் முன்னே சிறந்தொளிர்
குருக்களை யளித்துக் குவலயங் காத்தனை.
திருக்கிளர் தெய்வப் பிறப்பினர் பலரை
உலகினுக் களித்தாய்; உனதொளி ஞானம்
இலகிட நீயிங் கெழுந்தரு ளுகவே!
விடுதலை பெறநாம் வேண்டிநின் மறைவு
படுமணி முகத்தைத் திறந்தெம் பார்வைமுன்,
வருகநீ! இங்குள மானுடச் சாதிகள்
பொருகளன் தவிர்ந்தமை வுற்றிடப் புரிகநீ!

மற்றவர் பகைமையை அன்பினால் வாட்டுக!
செற்றவர் படைகளை மனையிடந் திருப்புக!
தாயே, நின்றன் பண்டைத் தநயராம்
மாயக் கண்ணன், புத்தன், வலியசீர்
இராமனும், ஆங்கொரு மஹமது மிணையுற்ற
விராவுபுகழ் வீரரை வேண்டுதும்; இந்நாள்!
"தோன்றினேன்" என்று சொல்லிவந் தருளும்
சான்றோன் ஒருமுனி தருகநீ எமக்கே!

---

* சுதேசமித்திரன்: 19–7–1921, ப.2.

மோசே, கிறிஸ்து, நானக் முதலியோர்;
மாசற வணங்கி மக்கள் போற்றிடத்
தவித்திடுந் திறத்தினர் தமைப்போ லின்றொரு
பவித்திர மகனைப் பயந்தருள் புரிகநீ!

எம்முன் வந்து நீதியின் இயலைச்
செம்மையுற விளக்குமொரு சேவகனை அருளுகநீ.

உத்தரம்

கேள்! விடை கூறினள் மாதா! நம்மிடை
யாவனே யிங்கு தோன்றினன்? இவன்யார்?
உலகப் புரட்டர் தந்திர உரையெலாம்
விலகத் தாய்சொல் விதியினைக் காட்டுவான்.

வலிசெய் யாமை; மனப்பகை யின்மை;
நலிவுறுத் தோரை நாம்எதிர்த் திடாமை;
தீச்செயல் செய்யும் அரசினைச் சேராமை;
ஆச்சரி யப்பட உரைத்தனன் – அவையெலாம்.
வருக காந்தி! ஆசியா வாழ்வே!

தரும விதிதான் தழைத்திட உழைப்பாய்,
ஆன்மா அதனால் ஜீவனை யாண்டு
மேனெறிப் படுத்தும் விதத்தினை யருளினாய்!
பாரத நாட்டின் பழம்பெருங் கடவுளர்
வீரவான் கொடியை விரித்துநீ நிறுத்தினாய்!
மானுடர் தம்மை வருத்திடும் தடைகள்
ஆனவை யுருகி யழிந்திடும் வண்ணம்
உளத்தினை நீகனல் உறுத்துவாய்! எங்கள்
காந்தி மஹாத்மா! நின்பாற் கண்டனம்!
மாந்தருட் காணநாம் விரும்பிய மனிதனை!
நின்வாய்ச் சொல்லில், நீதிசோ் அன்னை
தன்வாய்ச் சொல்லினைக் கேட்கின் றனம்யாம்.

தொழுந்தா யழைப்பிற் கிணங்கிவந் தோம்யாம்.
எழுந்தோம்; காந்திக் கீந்தோம் எமதுயிர்.
இங்கவன் ஆவிக் கொள்கை வென்றிடவே.
அன்றைக் குணவுதான் அகப்படு மாயின்
நன்றதில் மகிழ்வோம்; விடுதலை நாடி
எய்திடுஞ் செல்வ எழுச்சியிற் களிப்போம்
மெய்திக ழொற்றுமை மேவுவோம்; உளத்தே,

கட்டின்றி வாழ்வோம்; புறத்தளைக் கட்டினை
எட்டுணை மதியா தேறுவோம்; பழம்போர்க்
கொலைத்தொழிற் கருவிகள் கொள்ளா தென்றும்
நிலைத்தன ஆகிய நீதிக் கருவியும்
அறிவுங் கொண்டே அரும்போர் புரிவோம்
வறியபுன் சிறைகளில் வாடினும்; உடலை
மடிய விதிப்பினும்; "மீட்டுநாம் வாழ்வோ" மென்
றிடியுறக் கூறி வெற்றி யேறி,
ஓடிபடத் தளைகள், ஓங்குதும் யாஅமே.

~~

இஃது யூனைடெட் ஸ்டேட்ஸ், மிஷிகன் மாகாணம், தெத்ருவா நகரத்திலுள்ள ஸ்ரீமதி மாட்(d) ரால்ஸ்டன் ஷர்மன் என்ற ஸ்த்ரீ எழுதிய இங்க்லீஷ் கவிதையினின்றும், ஸ்ரீமான் சி. சுப்பிரமணிய பாரதியால் மொழிபெயர்க்கப்பட்டது.

பாரதி கட்டுரைகளில் காந்தி

1

திரான்ஸ்வாலில் நமது சகோதரர்கள்

சென்னை மஹாஜன சபையாருக்குப் பின்வரும் தந்தி தென் ஆபிரிகாவிலிருந்து கிடைத்திருக்கிறது.

“ஸ்ரீமான் காந்தியும் இன்னும் 16 பேரும் ‘ஏஷியாடிக் சட்ட’ப்படி சிறையில் அடைக்கப்பட்டிருக்கிறார்கள். இவர்களில் ஒருவர் தென் ஆபிரிகாவிலேயே பிறந்தவர். மற்றொருவர் போயர் சண்டையிலே மெடல் வாங்கியவர். இவர்களைக் கோர்ட்டார் ஜாமினில் விடமுடியா தென்று மறுத்துவிட்டார்கள். இவர்கள் ஜெயிலிலே தானிருக்கிறார்கள். இந்தியாவிலிருந்து ஏதேனும் உதவி கிடைக்குமா? எங்களுக்குக் காங்கிரஸ் துணைபுரியாதா?”

இனி ராய்டர் தந்தி யொன்றில், திரான்ஸ்வால் பிரதம மந்திரியாகிய ஜெனரல் போதா “இனிமேல், ஆசியாக்காரர்களில் யாரும் திரான்ஸ்வாலுக்குள் பிரவேசிக்கலாகாது” என்று ஓர் பகிரங்கப் பிரசங்கத்தில் சொல்லியதாகத் தெரிகிறது.

இந்தச் சமயத்தில் சென்னைக் காங்கிரஸ்காரர் தென் ஆப்பிரிக்காவிலுள்ள இந்தியர்களுக்கு எவ்விதமான உதவி செய்யப் போகிறார்களென்பதை அறிய எதிர்பார்த்திருக்கிறோம். நவம்பர் 2–ம் தேதிக் கொண்டாட்டத்தில் காருண்ய ஆங்கிலேய கவர்ன்மெண்டார் செய்த உபகாரங்களின் பொருட்டு நன்றி பாராட்டுவதில், இந்த உபகாரத்தையும் சேர்த்தெண்ணுவார்களென்று நினைக்கிறோம்.

---

* *இந்தியா*: 17–10–1908, ப. 4.

2

நாஜரத்தில் சென்னைக் கவர்னர்

திருநெல்வேலி ஜில்லாவில் சுற்றுப்பிரயாணம் செய்து வரும் சென்னை கவர்னர் நாஜரத்துக்குப் போனபொழுது ஞானமில்லாத சில சொற்களைப் பிரயோகித்திருக்கிறார். அவர் உபதேசத்தின் சாராம்சம் இதுதான்: "இந்த நாட்டில் சிறுவர்கள் சன்மார்க்கப் பயிற்சியடையாமல் பாராமல் பாடங்களைப் படிப்பதே விசேஷமாய் இருக்கிறது. சன்மார்க்கப் பயிற்சிக்குக் கிறிஸ்தவ மார்க்கமும், அன்னிய மிஷனரிகளும் இன்றியமையாதவர்களாவார்கள். சன்மார்க்கமென்பது அன்னிய ஆட்சிக்கு அடிமைப் பட்டிருப்பதே யொழிய வேறில்லை. சுவாதீன விருப்பங்கள் உள்ள ஒருவன் அவன் சிறியவனாய் இருந்தாலும் பெரியவனாய் இருந்தாலும் துன்மார்க்கனாகத்தான் இருக்க வேண்டும். கிறிஸ்தவர்களுக்குள் மேற்கண்ட சன்மார்க்கம் அதிகமாய் இருக்கிறதைப்பற்றி எனக்கு மிகுந்த திருப்தி யுண்டாகிறது. இதர மதஸ்தர்களுக்குள் இவ்வித சன்மார்க்கம் இல்லை. நான் இந்த நாட்டில் வந்தது முதல் இவ்வித சன்மார்க்கம் வேண்டும் வேண்டும் என்றுதான் அடித்துக்கொள்ளுகிறேன். ஆகையால் கிறிஸ்தவ மதமும் மிஷனரிகளும் நீடூழி வாழ்க."

இதன் கருத்தென்ன? ஸ்வாமி விவேகானந்தா, ஸ்ரீ பால கங்காதர திலகர், ஸ்ரீ அரவிந்தகோஷ், ஸ்ரீ

---

* இந்தியா: 5.12.1908, பக். 7, 8.

சந்திரபாலர், ஸ்ரீ அஜித்சிங்கம், ஸ்ரீ காந்தி, லாலா லஜபதிராயர், ஸ்ரீ சிதம்பரம் பிள்ளை ஆகிய இவர்களும் இவர்களைப் போன்ற மற்றவர்களும் சன்மார்க்க மில்லாதவர்களாம். அவர்கள் வீடு வாசல் மனைவி மக்கள் எல்லாரையும் வெறுத்து அல்லும் பகலும் சுஜன சேவகம் செய்துவரலாம். தேசப் பிரஷ்டத்திற்கும், ஜெயிலுக்கும், எண்ணெய்ச் செக்கு இழுப்பதற்கும் அஞ் சாமல் தேசாபிமானமே ஜீவியத்தின் முழு நோக்கமாகக் காலந் தள்ளி வரலாம். ஆனால் அவர்கள் அன்னியருக்கு அடிமையாய் இருப்பதில் பிரியமில்லாதவர்க ளாகையால் துன்மார்க்கரே யாவர். இந்த உபதேசத்தை இவர் தன் நாட்டிலே ஏன் செய்யக்கூடாது? அங்கேயுள்ள ஜனங்களுக்கு இந்தக் கிறிஸ்தவ மதத்தில் வரவரப் பற்றில்லாமல் போகிறதே. அவர் மெச்சிப் பேசின கிராம மாதா கோவில்களில் இக்காலத்தில் அங்கே யார் போய் ஆராதனை செய்கிறார்கள்? இங்கிலாந்தில் சாமான்ய ஜனங்கள் ஞாயிற்றுக் கிழமைகளில் சாராயக் கிடங்குகளுக்கும், குதிரைப் பந்தயங்களுக்கும், கிரிக்கெட் பந்து ஆட்டங்களுக்கும், மோட்டார் வண்டிப் பந்தயங்களுக்குந்தான் திரள் திரளாய்ப் போகிறார்கள். தங்கள் பக்தி சிரத்தைகளை யெல்லாம் அவற்றிலேதான் நாட்டியிருக்கிறார்கள். கிராம மாதா கோவிலுக்கு விவாகம் செய்து கொள்ளும் காலத்திலே மட்டும் போவார்கள்.

மேலும், அன்னியருக்கு அடிமையாய் இருத்தல் அவ்வளவு சிலாக்கியமான புண்ணியமாய் இருந்தால் ஆங்கிலேயர்கள் ஜெர்மன் ஜாதியார் எங்கே நம் நாட்டைக் கைப்பற்றி விடுவார்களோ வென்று பயந்து கடற்சேனையையும் தரைச் சேனையையும் மிதமிஞ்சி அதிகப்படுத்துவானேன்? ஜெர்மானியர் களுக்கு ஆங்கிலேயர் அடிமைகளாய் இருந்து திருப்தியோடு வாழ்ந்தால் அவர்கள் இவர்களை சன்மார்க்கம் உள்ள சுசீலர்களென்று மெச்சிப் பேசுவார்களே!

~~

3

திரான்ஸ்வாலிலிருந்து வந்த தமிழர் முறையிடுவது

“நாங்கள் ராஜபக்தியுடையவர்கள். கவர்ன்மென்டார் எங்கள்மீது சந்தேகப்பட வேண்டாம்” என்ற ஒரு விஷயத்தைத் தவிர, சென்னபட்டணத்து மந்தையிலே வேறொன்றையும் பற்றிப் பேசவே மாட்டார்களென்று நினைத்தோம். ஆதலின், பெங்காளத்துத் தேசாபிமானிகளின் தேசப் பிரஷ்டம், திரான்ஸ்வாலில் இந்தியர்கள் படும் கஷ்டங்கள் முதலிய சில விஷயங்களைப் பற்றிப் பிரஸ்தாபிக்க அந்த சபையாருக்கு ஸாவகாசம் கிடைத்தது பற்றி மகிழ்ச்சியடைகிறோம்.

இரண்டாவது நாள், மாலையிலே “தென் ஆபிரிக்காவில் இந்தியர்கள் நடத்தப்படும் மாதிரி” என்ற விஷயத்தைப் பற்றிப் பேசினார்கள். அப்போது கேப் டவுனில் போய்க் குடியேறியிருக்கும் ஸ்ரீ குரு செட்டியார் என்ற ஒருவர் வந்திருந்தார். அவர் தமிழிலே பின்வருமாறு பேசினார்:

“நான் தஞ்சாவூர் ஜில்லாக்காரன். சென்ற 12 வருஷங்களாக நேடாலிலும், திரான்ஸ்வாலிலும் வியாபாரம் செய்து வருகிறேன். என்னைத் தென் ஆபிரிகாவிலிருந்து நம்மவர்கள் இந்தச் சபைக்கு டெலிகேட்டாக அனுப்பியிருக்கிறார்கள். தென் ஆபிரிகாவில் மதிப்பிழந்து வாழும் இந்திய ஜனங்களின்மீது இச்சபையார் கருணை கொண்டு,

---

* *இந்தியா*, 2–1–1909, ப. 2.

எங்களை மானபங்கம் செய்யும் "ஏஷியாடிக் ஆக்ட்" என்ற குரூர சட்டத்தை நீக்க முயற்சி செய்யும்படி இந்தியா மந்திரியைப் பிரார்த்தனை செய்யவேண்டும். இது செய்யும் வண்ணம் உங்களைத் தூண்டும் பொருட்டாகவே என்னைத் தென் ஆபிரிகாவிலிருந்து இங்கனுப்பினார்கள்.

தென் ஆபிரிகாவில் நம்மவர்கள் படும் கஷ்டங்களைக் கொஞ்சம் சொல்லுகிறேன், கேளுங்கள். ஸ்ரீ காந்தி என்ற கீர்த்திபெற்ற இந்தியரைச் சிறையிலடைத்து மிகவும் அவமரியாதையாக நடத்தினார்கள். இன்னும் பல ஸ்வஜனாபிமானிகள் சிறையில் கஷ்டப்படுகிறார்கள். இந்தியர்கள் ஒவ்வொரு தடவை லைஸென்ஸ் புதுப்பிக்கும்போதும், திருடர்களைப் போலக் கட்டை விரல் அடையாளம் வைக்க வேண்டுமென்று விதித்திருக்கிறார்கள். வீதியில் போகும்போதெல்லாம் எந்தப் போலீஸ்காரன் அல்லது எவ்வித உத்தியோகஸ்தனும் கேட்கும்போது இந்தியர்கள் தங்களுடைய "பாஸ்" சீட்டைக் காண்பிக்க வேண்டும். இந்தியர்களை விசாரிப்பதற்கென்று பிரத்தியேகமான கோர்ட்டுகள் வைத்திருக்கிறார்கள். அந்தக் கோர்ட்டுகளின் தீர்ப்புக்கு மேல் அப்பீல் கிடையாது. இனிமேல், புதிதாக அங்கே இந்தியர்களில் யாரும் போய்க் குடியேறவே கூடாது. இந்தியர்க ளெல்லாரும் நகரங்களுக்கு வெளியே அவர்களுக்கென்று பிரத்தியேகமாக ஏற்படுத்தப்பட்டிருக்கும் சேரிகளில் வாசம் செய்யவேண்டும். இரவு 8 மணிக்குமேல் வெளியேறும் பக்ஷத்தில், இந்தியர்கள் அதற்கென்று தனியாக வேறு 'பாஸ் சீட்டு' பெற்றுக்கொள்ள வேண்டும். இரவு 9 மணிக்கு ஒரு மணியடிக்கும், அந்த மணிச் சத்தம் கேட்டவுடனே இந்தியர்களெல்லோரும் விளக்கை அணைத்து விட்டுப் படுத்துக் கொண்டு விட வேண்டும். வெள்ளை மனிதர்களுக்கு வைத்திருக்கும் ஜட்கா வண்டிகளில் இந்தியர்கள் ஏறக் கூடாது. வெள்ளை மனிதர்களுடன் சமானமாகப் பழகக் கூடாது. வெள்ளையர்களுக்கு இந்தியர்கள் எந்த சாமானும் விற்கக் கூடாது. அவர்களிடமிருந்து ஒன்றும் விலைக்கு வாங்கவும் கூடாது. இந்தியர்கள் ஹோட்டல்களுக்குள் பிரவேசிக்கலாகாது. நம்மவர்கள் ரயிலிலே மூன்றாவது வகுப்பு வண்டியில்தான் ஏறவேண்டும். ஆங்கிலேயர்களும் போயர்களும் மூன்றாம் வகுப்பு வண்டியில் ஏறமாட்டார்கள். இந்தியர்கள் பொது ரஸ்தாக்களில் நடக்கலாகாது. அடுத்திருக்கும் ஒற்றையடிப் பாதைகளிலேதான் போகலாம். நாம் அங்கே நிலம் வாங்கக் கூடாது."

இவ்வாறு தமிழ்ப் பாஷையிலே ஸ்ரீ குரு செட்டியார் சொல்லியதைக் கேட்டபோது அந்தப் பந்தலிலுள்ள தூண்கள்கூட உருகியிருக்கும். போயர்கள் நம்மவர்களைச் சரியாக நடத்தவில்லை

யென்பதற்காக, ஆங்கிலேயர் போயர்களோடு சண்டை போட்டு நம்முடைய உதவியையும் வைத்துக்கொண்டு போயர்களை ஜயித்தார்கள். இப்போது தென் ஆபிரிக்கா ஆங்கிலேய ராஜாங்கத்தின் கீழ் இருக்கிறது. அப்படியிருக்க நம்மை இந்த அந்தஸ்தில் வைத்திருக்கிறார்கள். தமிழ ஜனங்களே, இதைப் படிக்கும்போது உங்கள் மனம் துடிக்கவில்லையா? ஆங்கிலேய கவர்ன்மெண்டார் தென் ஆபிரிக்காவிலுள்ள நம்மவர்களை மதிப்புடன் நடத்தும்வரை நமது நாட்டிலுள்ள ஆங்கிலேயர்களை நீங்களும் தென் ஆபிரிகா முறைப்படி நடத்தினால் ஆங்கிலேயர் பொறுப்பார்களா? அவர்கள் சொல்லிக் கொடுத்த பாடத்தை நாம் திரும்ப ஒப்புவித்தால் ராஜ துரோக மென்பார்களல்லவா?

குறிப்பு: ஏதோ சொற்ப ஜனங்கள்தான் இப்படிக் கஷ்டப் படுகிறார்களென்று நினைக்க வேண்டாம். நேடால் மாகாண மொன்றில் மட்டும் நம்மவர்கள் ஒரு லக்ஷத்து இருபதினாயிரம் பேர் இருக்கிறார்கள். வெள்ளையர்கள் எண்பதினாயிரம் பேர் தானிருக்கிறார்கள். பிரிடிஷ் இந்தியாவைப் போலவே, அங்கும் ஒரு சிறு பகுதி “மைனாரிடி” பெரும்பகுதியோரை (மெஜாரிடியை) நல்ல மிதி மிதித்துக் கொண்டிருக்கிறது.

~~

4

ஸ்ரீமான் மோஹனலால் கே. காந்திஸிங்

இவர் தென்னாப்பிரிக்க இந்தியர்களின் தலைமை நடத்தி வந்தவர். இவரும் இவரது சிறு குமாரரும் சிறையில் வைக்கப்பட்டு, பல கஷ்டப்பட்டனர். இப்பொழுது இவர் லண்டன் நகரத்திலிருக்கிறார். இவர் சமீபத்தில் (ஸாத்விக எதிர்ப்பின்) "உலக தர்ம விஷயம்" என்னும் அதிரமணீயமான உபந்நியாஸத்தை எல்லா இந்தியர்களின் நன்மைக்காகவே காக்ஸ்டன் ஹாலில் கொடுத்திருக்கிறார். அது அந்த ஜனங்கள் மனதைக்கூட உருக்கிவிட்டதாம்.

---

* *இந்தியா:* 7–8–1909, ப. 2.

5

விறகுவெட்டியாயும் தண்ணீர் தூக்கியாயும் இந்தியர்களுக்கு எத்தனை காலம்?

ஒரு காலத்தில் பலஸ்தீனா நாட்டின்மேல் ஜாஷுவா என்னும் யூதன் படையெடுத்துச் சென்றபோது அநேக ஜாதியார்களை அறமுறியடித்து வெற்றிபெற்று வந்தான். இதைக் கேட்ட கிபியோன் என்னும் சிறு நாட்டினர் அந்த ஜாஷுவாவின் முன்வந்து "ஸ்வாமீ! நாங்கள் வெகு தூரதேசத்தி லிருந்து தங்கள் பெருமையைக் கேட்டு ஸமாதானம் செய்துகொள்ள வந்திருக்கிறோம்" என்று சொல்லித் தங்கள் கந்தைத் துணிகளையும், பூஞ்சக்காளான் பிடித்த ரொட்டியையும் காட்டி ஸமாதானம் செய்துகொண்டார்கள். பிறகு அந்த ஜாஷுவாவுக்கு அவர்கள் தன்னை ஏமாற்றிய அதே நாட்டவரென்று தெரியவந்தது. அப்போது அவன் கோபம் மூண்டு, "நீங்கள் என்னை மோசம் செய்து ஏமாற்றியபடியால் நீங்கள் உங்கள் வம்ச பரம்பரையாய் எங்கள் தேவ ஜப ஆலயங்களுக்கு விறகுவெட்டியும் தண்ணீர் தூக்கியுமாய் (Hewers of wood and drawers of water) உள்ள அடிமைத் தொழில்புரிய வேண்டிய தென்று விதித்தான். ஆகையால் "விறகு வெட்டியும் தண்ணீர் தூக்கியும்" என்றால் பரம்பரையான கொத்தடிமைகள் என்றருத்தம்.

---

* *இந்தியா:* 7–8–1909, ப.5; 14–8–1909, ப.4.

“பிரிடிஷ் இந்தியாவிலுள்ள நம் இந்திய ஸஹோதரர்கள் இன்னும் எத்தனை காலத்துக்குப் பிரிடிஷாருக்கு விறகு வெட்டியும் தண்ணீர் தூக்கியுமாய் இருக்க வேண்டும்?” என்று ஸ்ரீ தாதாபாய் ஒருமுறை ஆங்கிலேய அதிகாரிகளைக் கேட்டிருக்கிறார். இதன் வாஸ்தவத்தைச் சிறிது கவனிப்போம். பிரிடிஷ் இந்தியாவில் இந்தியர்கள் என்னென்ன உத்தியோகம் பார்த்து வருகிறார்கள். 4,5,6 ரூபாய் சம்பளத்தில் ஊர் ஊராய் வெய்யிலில் கானல் மழை பாராமல் பிசாசு போல் ஓடி யுழைக்கும் கிராமத் தலையாரிகள். 5 ரூபாய் முதல் 10 ரூபாய் வரையில் சம்பளமுள்ள டபேதார், பியூன், போர்ட்டர், பில்லை சேவகன், குசினி பட்லர், கோச்மான், பிழைப்பற்ற போலீஸ் கான்ஸ்டேபில் முதலிய தாழ்ந்த உத்தியோகஸ்தர்கள் பலர் 5 ரூபாய் முதல் 10 ரூபாய் வரையில் சம்பளமுள்ள கிராம முனிஸீபு, மணியக்காரன், கணக்கப்பிள்ளை முதலிய பலர். இதுவரையில் ஒரு அளவு. இனி இங்கிலீஷ் படித்து மெட்ரிகுலேஷன் பாஸ் செய்து விட்டு இந்தியனுக்கென்றே ஏற்பட்டிருக்கும் தணியா வசைச் சொல்லான “மாதம் கியாதிபெற்ற–15 ரூபாய்” சம்பளமுள்ள குமாஸ்தாக்கள், ஸிக்னலர்கள் முதலிய பலர். டிக்கட் கலெக்டர் வேலைகூட அகப்படாமல் இக்கட்டு அடைபவர்கள் பலர். இன்னும் சிற்சில உத்தியோகஸ்தர்கள். இவர்கள் எல்லாம் ஒருவர் தப்பாமல் இந்தியர்களே. தாசில்தார் வரையில்தான் இந்தியர்களே பார்க்கும் உத்தியோகத்தில் உயர்ந்தது. மற்றப் பெரிய உத்தியோகங்க ளெல்லாம் பெரும்பாலும், ஏறக்குறைய பிரிடிஷர்கள் கையிலேயே இருக்கின்றன. இந்தியாவில் இத்தகைய பெரிய உத்தியோகத்திலிருக்கும் இந்தியர்களைக் கைவிரல் விட்டு எண்ணிவிடலாம். பெரிய சம்பளம் வாங்கும் ஸப் கலெக்டர்கள், ஸுபரிண்டெண்ட்கள், கலெக்டர்கள், ஜட்ஜுகள், கவர்ன்மெண்டு ரிவினியூ போர்ட், நிர்வாஹ ஸபை இவை முதலியவைகளில் மெம்பர்கள் சட்ட நிர்ணய ஸபை, ஸர்வகலாசாலை ஸிண்டிகேட்டு மெம்பர்கள். இவர்களில் பெரும்பான்மையோர்; கவர்னர்கள், ஸேனாதிபதிகள், கமிஷனர்கள், வைஸிராய்கள், ஹைகோர்ட்டு ஜட்ஜுகளில் பலர், சீமை இந்தியா ஹவுஸ் மெம்பர்கள் முதலிய எல்லாரும் பிரிடிஷர்களே. ஸமீபத்தில்தான் இந்தியா ஹவுஸுக்கு ஸர் ஸையத் பில்கிராமியும், மிஸ்டர் குப்தாவும் ஏற்படுத்தப்பட்டதும், மிஸ்டர் ஸிம்ஹாவை வைஸிராய் நிர்வாக ஸபைக்கும் மெம்பராக ஏற்படுத்தப்பட்டதும் நேயர்கள் ஞாபகத்திலிருக்கலாம்.

ஒரு வருஷத்திற்காவது இந்தியர்கள் பார்க்கும் வேலையை யெல்லாம் பிரிடிஷர்கள் பார்த்துக்கொண்டும், பிரிடிஷர்கள் பார்க்கும் வேலைகளை இந்தியர்கள் பார்க்கும்படி ஏற்பாடு

செய்துவிட்டால், பிரிடிஷர்கள் ஒரு நிமிஷமேனும் நிர்வஹிக்க முடியாது; ஆனால், இந்தியனோ பிரிடிஷனைக் காட்டிலும் பலவிதத்திலும் மேலாக வேலையை நிர்வஹிப்பான் என்பது திண்ணம். ஒரே ஒரு மாதம் ஒரு நாள்கூடப் பிரிடிஷனால் நிர்வஹிக்க முடியவே முடியாது. இராத்திரியில்கூட கண்விழித்து விளக்குமுன் கையொடிய துரை ஸமாசாரங்களை எழுதிக் கஷ்டப்பட்டு உழைக்கும் இந்திய குமாஸ்தாவுக்குச் சம்பளம் ரூபாய் 15. இந்தியன் எழுதி முடித்துக் கையெழுத்து போடும் இடத்தை வெள்ளைக்கார துரைக்குக் காண்பித்தால் 1000–2000 சம்பளம் வாங்கும் துரைக்குக் கையெழுத்து போடுவதுகூட மெத்த தொந்திரவுதான். இப்படி இந்திய ஸஹோதரர்கள் 15 ரூபாய் சம்பளத்திலிருக்க, பிரிடிஷன் 1000–2000 சம்பளம் வாங்கி வந்தால் ஏன் தனக்கு இந்தியனை அவன் "விறகு வெட்டியும் தண்ணீர் தூக்கியுமாய்" எண்ணி நடத்தி வருவதில் பிசகென்ன? ஸ்வதந்திர விருப்பம் உலகெங்கும் பரவி வரும் இந்நாட்களில்கூட நமது பிரிடிஷ் இந்திய ஸஹோதரர்கள் தாங்கள் ஸ்வயேச்சை பெறப் பெருமுயற்சி செய்யப் பெரும்பாலர் முன்னுக்கு வராமல் அடிமைத்தனத்தில் ஆழ்ந்திருப்பது "அந்தோ" என்ன மடமைத்தனம்? மேலும், பெரிய வியாபாரங்களும், தங்கச் சுரங்கங்களும், இரும்பு நிலக்கரி கனிகளும், ரெயில்வே கம்பெனிகளும், கப்பல்களும் யாருடைய வசமிருந்து தடையின்றி நடைபெற்று வருகின்றன? எல்லாம் பிரிடிஷ்காரர்களிடத்திலிருந்துதான். உலகத்தில் இந்தியாவுடன் வியாபாரம் செய்யும் தேசங்களின் மொத்தத் தொகையில் நூற்றுக்குத் தொண்ணூறு கப்பல்கள் இங்கிலீஷ்காரருடையதே.

ஜனத்தலைவர்களில் பிரமுகர்களாய் இருந்து அரசாங்கத்தின் ஊழல்களை ஒருவாறு எடுத்துச் சொல்பவனுக்கு ஏதாவது அமாவாசை பருப்புஞ்சோறு போல் எப்போதாவது ஒரு பெரிய வேலையைப் பதிலியாகவாவது கொடுத்து வைக்கிறது. குலைப்பவனுக்குக் கொழுக்கட்டை போடுவதுபோல் ஏதோ ஒரு பெரிய வேலை ஒரு இந்தியனுக்கு எப்போதாவது கொடுத்துவிடுவதினாலேயே நாட்டிலுள்ள ஏழைகளின் தரித்திரம் ஹதமாய்விடுமா? 30 கோடி ஜனங்களுக்கு என்ன பயனாயிற்று? ஏழைகளுக்குப் பிழைப்புக்காயிற்றா? வரி தகதாக்கள் குறைவா? ஒன்றுமில்லை.

எந்த தேசத்தில் படிப்பாளிகளும், அறிஞர்களும், ஸாமார்த்தியவான்களும், நாட்டின் உள்வயணம் தெரிந்தவர்களும் கவர்ன்மெண்டு உத்தியோகத்திற்கு ஆசைப்பட்டு அதற்குச் சென்றுவிட்டால், அவர்களுடைய புத்தி, உற்சாகம், திறமை இவைகளெல்லாம் அரசாங்க வழியிலேயே செலவிடப்பட்டு விடுகிறபடியால், அந்த தேசத்தில் ஜனங்கள் பலவிதத்திலும்

வருந்திச் சிறுமையடைகிறார்கள். அம்மாதிரியான புத்திசாலிகள் ஜனங்கள் பக்கத்திலிருந்து கொண்டு ஜனங்களை ஸரியானபடி நடத்திவரும் ஜனத் தலைவர்களாய் இருந்தால் அரசாங்க மென்னும் கப்பலின் சுக்கான். பொதுஜன விருப்பம் என்னும் மாலுமியின் மனோபீஷ்டப்படி திருப்பி நடத்தப்படும். அந்த நாட்டில்தான் ஸ்வதந்ர தேவி தாண்டவமாடுவாள். ஜனங்கள் ஸுகமாக வாழ்ந்து வருவார்கள்.

இந்த தேசத்திலேயே இந்தியர்களின் நிலைமை இப்படியானால் வெளிநாட்டில் இவர்கள் நிலைமைக்குக் கேட்பானேன்? டிரான்ஸ்வாலிலும், கானடா, வான்குவார், ஆஸ்திரேலியா முதலிய நாடுகளிலும் இந்தியர்கள் அந்தந்த தேசத்து ஆங்கில நாகரீக ஜாதியர்களால் நடத்தப்படும் மாதிரியானது அதிபயங்கரமானதும், மிருகத்தன்மையானதும், அஞ்சத்தக்கதாயு மிருக்கின்றது. அவ்விடங்களில் கூலியாட்களாய்ச் சென்று வெள்ளையர் லாபத்துக்காக உழைத்துவரும் இந்தியர்கள் உயிர்களுக்குக்கூட ரூபாய் 3½ முதல் 35 வரையில் விலையேற்பட்டிருக்கிறது.இதே ஒரு பிரிடிஷ்காரனுக்கு ஸம்பவித்திருந்தால் என்ன அல்லோலக் கல்லோலப்படும்? நம்மை நாதனற்ற அடிமை ஜாதியென்று உலகினர் தெரிந்து கொண்டனர். பிரிடிஷ் துரைக்குக் கோபம் வரும்பொழுது இந்தியன் பிராணனானது பூட்ஸு உதைக்கே பலியாய் விடுகிறது. கோர்ட்டில் பிரிடிஷ்கார துரைக்கு அபராதம் போட்டாலும் போடுகிறார்கள்; ஒரு ஸமயம் யதேச்சையாய் விடுதலை செய்துவிடுகிறார்கள். ஓர் ஹிந்து ஸ்திரீயைப் பிரிடிஷன் கற்பழித்து விட்டால் "அவள் அத்தனை அழகாய் இல்லை" என்று அவனை விட்டுவிடுகிறது. இல்லாவிட்டால் ஒரு ராத்திரி பணத்தை மதிப்பாக அபராதம் போட்டு அவளிடம் கொஞ்சம் கொடுத்தனுப்பி விடுகிறது. இதே ஒரு இங்கிலீஷ் லேடியை இந்தியன் ஒன்றும் செய்யாமலிருக்கையில்கூட கற்பழிக்க எத்தனப்பட்டதாய் பொய்வழக்கு தொடர்ந்தாலுங்கூட இந்தியர்கள் கதி அதோகதிதான்.

டிரான்ஸ்வாலில் ஸ்ரீயுத காந்தி முதலானவர்கள் எவ்வளவு படித்தவர்கள்! எவ்வளவு மேலான அந்தஸ்துள்ளவர்கள்! அவர்களை ஸாமான்ய கைதிகளைவிடத் தாழ்வாய் எண்ணி காபிரி போலீஸ் வசம் ஒப்புவித்து, ரோட்டுக்கு கிரேவல் போடச் சொல்லியும், மலத்தை வாரித் தெருக்களைச் சுத்தி செய்யச் சொல்லியும் அடித்து பலாத்காரம் பண்ணி டிரான்ஸ்வாலர் நடத்திவந்தனர், வருகின்றனர்! இதே ஒரு பிரிடிஷன் நடத்தப் பட்டால் என்ன பிரளயமாய்விட்டிருக்கும்? நான் இந்தியாவில் உயர்ந்த ஜாதி என்றாலும் ஸரி, உன் மதம் அனுஷ்டித்தும் கிறுஸ்துவன் என்றாலும் ஸரி, இந்தியனை வெளிநாட்டில்

கேட்பாரார்? இந்த அழகுக்கு இந்தியனுக்கு பிரிட்டனில் பிறந்து வளர்ந்த பிரிடிஷனுக்குள்ள ஸ்வதந்திரங்கள் இருக்கின்றனவாம். இந்தியர்கள்மீது அடாப்பழி போட்டு வாய்க்கு வந்த பிரகாரம் உளறி இந்தியர்களுக்கும் இங்கிலீஷ்காரருக்கும் மனஸ்தாபம் மூட்டிவிடும் "இங்கிலீஷ் மென்", "பயோனியர்", "ஸிவில் & மிலிட்டெரி கெஜட்" முதலிய பத்திரிகைகள் அதிபர்களுக்கு அரசாங்கத்தார் தாங்களாகவே தேச நிர்வாசமாவது, தீபாந்திர சிக்ஷையாவது, ஸாமான்ய தண்டனையாவது, ஒரு சின்ன பைஸா அபராதமாவது போட்டிருக்கிறார்களா? எத்தனை இந்தியர்கள் எப்படி தண்டிக்கப்பட்டனர்?

இந்தியர்கள் டிரான்ஸ்வாலிலுள்ள 70,000 ஹிந்துக்களுக்குள்ள கட்டுப்பாடுகள் நம்மிந்தியாவில் இருக்குமானால், அரை நிமிஷத்தில் ஸ்வராஜ்யம் வந்துவிடுமென்று முன்பு ñ– ˜ – ˜ –ஸ்ரீ குரு செட்டியார் சொன்னது நேயர்கள் ஞாபகத்திலிருக்கலாம்.

ஆகையால், ஆரிய ஸஹோதரர்கள் அனைவர்களும் தங்கள் அடிமைத்தனத்தை நீக்கிக்கொள்ள முயலவேண்டும். நாட்டின் பெயருக்கு கவுரவத்தையும் கண்ணியத்தையும் தேட முயலவேண்டும். பலவித கஷ்டப்படும் இந்திய ஸஹோதரர்கள் வறுமையின் கொடுமையை நீக்க முயலவேண்டும். தாழ்ந்துள்ள ஸ்ரீ பாரத தேவியை உயர்ந்த ஜோதிமயமான ஸ்வதந்திர பீடத்தில் எழுந்தருளப் பண்ணி, தரிசித்து ஆனந்தமடைய வேண்டும். ஸாத்விகமான பொறுமை வழியில் எதிர்ப்பதைக் கைக்கொள்ள வேண்டும். சட்டம் ஜனங்கள் உரிமைகளுக்கு விரோதமானால் அதை ரத்து செய்ய முயன்றும் பயன்படாவிட்டால், அத்தகைய சட்டத்தை மீறி அதனாலுண்டாகும் தண்டனைகள் முதலியவற்றை ஆயிரக்கணக்கான ஜனங்கள் ஒருங்கே அனுபவிப்பதுதான் ஸாத்விக எதிர்ப்பு.

இவற்றிற்கெல்லாம் புத்தி, மனம், சரீரம் முதலானவைகள் திடமாயிருக்க ஸ்ரீ பாரத மாதாவின் பஞ்சாக்ஷரமான "வந்தேமாதரம்" எனும் திவ்ய திருமந்திரத்தை ஸதா உச்சரித்து ஸ்ரீ மாதாவுக்குத் தொண்டுபுரிந்து வந்தால் எல்லாம் ஜயப்ரதமாய் முடியும் என்பது ஸத்யம்.

"வந்தே மாதரம்".

~~

6

இவ்வருஷத்திய பாரத ஜாதீய மகாசபை

இவ்வருஷத்திய காங்கிரெஸ் வெகுவாய் லாகூரிலேயே நடைபெறும். இதற்காக பிராட் லாஹோரர் என்னும் நகர சபாமண்டபமும் பழுதுபார்க்கப்பட்டு வருகிறது. ஸ்ரீயுத ராம் பஜதத் முதலான தேசபக்த சிரோன்மணிகளும் காங்கிரெஸ் ஸரிவர நடந்தேறும் பொருட்டு இரு கக்ஷியாரையும் சமரஸப்படுத்தி தகுந்த ஏற்பாடுகள் செய்து வருகிறார்கள். சாமான்களும் வாங்கப்பட்டு வருகின்றன.

ஸ்ரீயுத மோகன்லால் காந்தாதாஸ் காந்திஸிங்

ஸ்ரீயுத காந்திஸிங்கானவர் ஏதோ சில காங்கிரெஸுக்குத்தான் வந்திருக்கிறார். இவர் இந்தியாவில் பிறந்தவர்தான். ஆனால், இவர் இந்தியாவில் வஸிக்கிறதேயில்லை. ஆனபோதிலும் இவர் இந்தியா தேச ஜனங்களிடத்தில் இவரைக் காட்டிலும் மேலான மரியாதை பெற இன்னும் யார் ஸரியானவர்கள்? ஜனங்களை ஒன்றுசேர்த்து ஒரு காரியத்தை நிர்வகித்து நடத்திக்கொண்டு போவதில் இவருக்குச் சமானமானவர் கிடையாது. சட்டத்திற்குட்பட்ட கிளர்ச்சியை எழுப்புவதில் இவர் ஒருவருக்கும் இரண்டாவது நபர் அல்ல. ஸாத்வீக எதிர்ப்பை அனுஷ்டிப்பதிலேயோ இவரைக் கிட்ட அண்ட ஒருவருக்கும் யோக்கியதை யில்லை. இவர் சமீபத்தில் லண்டன் நகரத்தில் இது விஷயமாய் செய்த உபன்னியாசமானது யாவராலும்

---

* *இந்தியா:* 21–8–1909, ப. 3.

கொண்டாடப்படுகிறது. ஓர் ஜாதியை யுயர்த்த என்னென்ன அங்கங்கள் முக்கியமாய் வேண்டுமோ அவற்றையெல்லாம் நன்கு விளக்கிக்காட்டி யிருக்கிறார். ராஜ்ய தந்திர முறைமையிலும் நல்ல ஸூக்ஷ்மமான புத்தியுடன் யோசித்துப் பார்த்தால் இவ்வருஷம் லாகூரில் நடைபெறப் போவதாய்ச் சொல்லும் காங்கிரெஸ்ஸுக்கு ஸ்ரீயுத காந்தியை அக்கிராஸனாதிபதியாகத் தெரிந்தெடுப்பது ரொம்பவும் உயர்ந்ததும், முக்கியமான விஷயமுமாயிருக்கும். டிரான்ஸ்வாலிலுள்ள இந்தியர்களுக்கு ஒத்தாசை செய்ய இந்தியா கவர்ன்மெண்டுக்கோ சக்தியுமில்லை, இஷ்டமுமில்லை; ஆனால் டிரான்ஸ்வாலில் எமபுரத்து வதைகளுக்குச் சமானமாகக் கொடுந் துன்பங்களை அனுபவித்துவரும் நம் இந்திய சகோதரர்கள் இந்தியன் காங்கிரெஸ்ஸை தங்களுக்கு ஒரு பெரும் மலையாக நம்பி அடிக்கடி காங்கிரஸுக்கு முறையிட்டுக் கொள்ளுகிறார்கள். நாம் அவர்கள்மீது ஏதாவது அனுதாபம் காட்ட வேண்டுமானால், அவர்களுடைய கஷ்டங்களை நீக்கி வைக்க நாம் முயல எண்ணமுண்டானால் அவர்களுடைய மாட்சிமை தங்கிய தலைவரை நமது ஜாதீய மகாசபைக்கு அக்கிராஸனாதிபதியாய்த் தெரிந்தெடுப்பதே முக்கியமான சாக்ஷியம். ஸ்ரீயுத க(ா)ந்தியே நல்ல சாமார்த்தியவந்தர், வாய்ச்சாலகர், நுட்பமான புத்தியுள்ளவர், சாந்தமான நடையில் பேசுபவர், இவர் சாத்விக எதிர்ப்பைக் கைக்கொண்டதற்காக மூன்று தரம் சிறைபடுத்தப்பட்டார். இவரை டிரான்ஸ்வாலர்கள் தகாத வேலையெல்லாம் செய்யச் சொல்லி அடித்தார்கள். ஜெயில் உடுப்புடன் ரோட்டுகளில் கிரேவல் கற்களை யடுக்கி திம்மிஸ் போட்டு, பாதை உருளையை இழுக்கும்படி செய்தார்கள்; மலத்தை வாரும்படி செய்தார்கள்; இவர் கைக்கும் காலுக்கும் விலங்குப் போட்டு ஜொஹானெஸ்பர்க் தெரு வழியாய் ஊர்வலம் வந்து காட்டினார்கள். இதற்கு நாம் அவருக்கு பிரதியாகச் செய்ய வேண்டிய மரியாதை என்ன? இந்தியாவில் தற்பொழுது ஜனங்கள் ஸ்வாதீனத்திலிருக்கும் மரியாதையில் உயர்ந்த மரியாதை, இந்தியன் நாஷனல் காங்கிரெஸ்ஸென்னும் நமது ஜாதீய சமுகத்தின் அக்ராஸனாதிபத்யமே யாம். மூன்று தரம் சிறைக்குப் போய்வந்த கௌரவத்துடன் இதுவும் அவருக்கு ஓர் அலங்காரமா யிருக்கட்டும். அவருடைய பேச்சில் வெளிநாட்டில் அனியாயமாய் கொடுந்துன்பத்துக் குட்படுத்தப்படும் துரதிர்ஷ்டமான நமது தேச ஜனங்களின் உண்மையான கஷ்டங்களெல்லாம் வெளிவருமென்பது திண்ணம். இந்தப் பிரேரேபணையை தேசபக்தர்களும் நிதானிகளும் ஆகிய இரண்டு கக்ஷிக்காரர்களும் ஏகோபித்து அங்கீகரிப்பார்களென்று நம்புகிறோம்.

~~

7

சித்திர விளக்கம்

ஸ்ரீ காந்தி யென்ற பசுவானது தனது கன்றுக் குட்டியாகிய இதர இந்தியர்களின் நன்மையின் பொருட்டு இங்கிலாந்துக்குப் போய்ப் பேசிவிட்டு, சிறையிலடை படுவதற்காக மறுபடியும் திரான்ஸ்வாலுக்கு வந்திருக்கிறது. தென் ஆப்பிரிக்கா உத்தியோகஸ்தர்களாகிய புலிகள் இவருடைய மேன்மையை அறியாமல் சிறையிலடைத்தார்கள்.

~

முற்காலத்தில் நடந்ததாக ஹிந்துக்களின் புராணங்களில் சொல்லியிருக்கும் விஷயம் அநேகருக்குத் தெரிந்திருக்கலாம். ஒரு காட்டில் புலியின் வாயிலகப்பட்ட பசுவானது தன்னுடைய கன்றுக்குட்டிக்குப் பால் கொடுக்காமல் வந்துவிட்டபடியால் புலியைப் பார்த்து, "ஹே பிரபு! இன்று என்னுடைய கடமையைச் செலுத்தவில்லை. கன்றுக்குப் பால் கொடுக்கவில்லை. ஆதலால் நான் இப்பொழுதே போய்ப் பால் கொடுத்துவிட்டு வந்து உமக்கு இரையாய் விடுகிறேன். உத்தரவளிக்க வேணும்" என்றது.

புலி நெடுநேரம் யோசித்து அதனுடைய ஸத்தியத்தைப் பரீட்சிக்கும் பொருட்டு, "போய்க் காரியமான உடனே வந்துவிடு" என்று சொல்லி அனுப்பியது.

---

* *இந்தியா:* 18-12-1909, ப. 1.

* *பாரதியின் கருத்துப் படங்கள், 'இந்தியா' 1906 – 1910,* ப. 190 *கால வரிசைப்படுத்தப்பட்ட பாரதி படைப்புகள், ஆறாம் தொகுதி,* பக். 243, 244.

இந்தியா 18-12-1909இல் இடம்பெற்ற கருத்துப்படம்.

பின்பு பசுவானது கன்றுக்குப் பால் கொடுத்துவிட்டு அதைத் தன்னுடைய சிநேகிதையான மற்றொரு பசுவினிடத்தில் ஒப்புவித்து விட்டு, புலியினிடத்தில் வந்து, "என்னுடைய தர்மத்தைச் செய்துவிட்டு வரும்படி உத்திரவளித்ததற்கு உமக்கு வந்தனமளிக்கிறேன். என்னைப் புசியும்" என்றது.

இதைக் கண்ட புலி ஆச்சர்யப்பட்டு, "அம்மா, ஸத்திய தேவதையே, உன்னைப் புசித்துவிட்டு நான் எந்த நீச கதிக்குப் போவேன்! நான் இதுவரைக்கும் செய்தது போதும்!" என்று சொல்லிப் பட்டினி யிருந்து பிராணனை விட்டது.

இப் பசுவைப்போல நடந்துகொண்ட நமது ஸ்ரீ காந்தி பிரபுவைத் தென் ஆப்பிரிக்கா புலிகள் என்ன செய்கின்றன பார்த்தீர்களா? ஒன்றும் தெரியாத புலிகூட இந்துஸ்தானத்தில் தயையினுடைய பிரவாகத்தைத் தடுக்க முடியவில்லை.

ஆனால் தென் ஆப்பிரிக்காவில் மனுஷிய ரூபம் தரித்துப் புலியைப் பார்க்கிலும் கொடுமையாக (தங்களுக்கு உதவி புரிந்த) இந்தியர்களை நடத்தும் நாகரிக ஆங்கிலேயர்களை இக் கலி காலத்தில்தான் காணலாம்.

~~

8

திரான்ஸ்வால் இந்தியர்கள்

மகா புண்ய பூமியாகிய பாரத தேசத்தில் பிறந்து கலி யுகத்தின் கொடூரத்தினால் அயர்ந்து அசகத்தையாயிருக்கும் தாய் நாட்டில் பூபாரத்தைக் குறைக்கும் நிமித்தம் வெளி தேசங்களில் வசிக்கும் ஆரிய புத்திரர்களே, நீங்கள் நம் தாயை மறவாதிருப்பதற்காக நாங்கள் மிகவும் நன்றி பாராட்டுகிறோம்.

ஆரிய நெறி சிறிதேனும் அறியாத மிலேச்சர்கள் ஒரு பக்கத்திலும், சிறிதேனும் மனுஷிய நாகரிகம் தெரியாத மிருகங்களை யொத்த காட்டாள்கள் மற்றொரு பக்கத்திலும் சூழ்ந்திருக்க, நீங்கள் ஸ்வதர்மத்தைக் கைவிடாது ஒரே தாயின் புத்திரர்க ளென்பதை உலகத்திற்கு இப்பொழுது நிரூபித்து வருகிறீர்கள். இதை ஆராய்ந்து பார்த்தால் நமது அருமைத் தாயான பாரததேவி தன் குழந்தைகளுக்கு எவ்வளவு பிரீதியுடன் நற்குண நற்செய்கைகளை ஊட்டி வளர்த்தாள் என்பது விளங்கும்.

ஒருவருக் கொருவர் பாஷை தெரியாம லிருந்தாலும், வர்ண பேதப் பட்டாலும், உடைகளை வெவ்வேறு விதமாகத் தரித்தாலும் பாரத புத்திரர் என்ற மாத்திரத்திலேயே ஒருவிதமான சகோதர நேசம் உண்டாகிறதே, இதற்கு என்ன காரணம் சொல்லுகிறது? நமக்குள் ஜாதீய உணர்ச்சியே இல்லை என்கிறவர்கள்தான் இதற்கு உபயோகமற்ற வீண் காரணங்களைச் சொல்ல வேண்டும்.

---

* *இந்தியா:* 18–12–1909, ப.3. கால வரிசைப்படுத்தப்பட்ட பாரதி படைப்புகள், ஆறாம் தொகுதி, பக். 247–249.

ஆரியர்க ளல்லாத அநேக ஹூணர்களிடத்திலும் ஜாதீய உணர்ச்சி என்பது கொஞ்சமுண்டு. ஆனால், அது நம்மவர்களிடத்தில் இருக்கிறது போல் அவ்வளவு நீடித்ததல்ல. சுபிக்ஷமா யிருக்கும் போதெல்லாம் அவர்களிடத்தில் அந்த உணர்ச்சி உண்டு. கஷ்ட காலம் வந்துவிட்டால் அந்த உணர்ச்சி போய் அவர்களே ஒருவரோ டொருவர் புலிகளைப்போலச் சண்டை யிடுவார்கள்.

முன்பு ரோமாபுரி பிரபலமா யிருந்தபோது ஐரோப்பியர் ஒன்றா யிருந்தார்கள். அதற்கு ஆபத்து வந்தபோது வெவ்வேறாகப் பிரிந்து ஆங்கிலேயர், ஜர்மெனியார் முதலிய வகுப்பினராய் விட்டார்கள். இப்போது இங்கிலாந்து பிரபலமா யிருப்பதால் அங்கு கொஞ்சம் ஜாதீய உணர்ச்சி இருக்கிறதுபோல் காணப்படுகிறது.

இங்கிலாந்தின் விஸ்தீரணத்தை நமது இந்தியாவோடு ஒத்திட்டுப் பார்த்தால் மிகவும் நகைக்கத் தக்கதான அவ்வளவு சிறியது. அதில் காணப்படும் ஜாதீய உணர்ச்சிகூட மகா நுட்பமானது. இங்கிலாந்திலும் கூடிய சீக்கிரத்தில் (ஆபத்து) வரப்போகிறதென்பதில் இதன் உண்மை விளங்கும். அவ்வளவு சிறிய தேசத்திற் குள்ளிருக்கும் ஜாதீய உணர்ச்சிகூட நீடிக்காத இவ் வுலகத்தில், நமது விசால தேசமாகிய பாரத தேசத்தி லிருக்கும் முப்பத்து முக்கோடி புத்திரர்கள் அநேக யுகங்களாக சகோதர உணர்ச்சியை மகாகிராந்திகளிலுங்கூடக் கைவிடாதது வியக்கத்தக்க தல்லவா?

இதர தேசத்தார் ஒருவரோ டொருவர் குடி மயக்கத்தால் போட்டி போட்டுக்கொண்டு யுத்த களத்தில் மடிவதைக் கேட்டிருக்கிறோம்.

ஆனால், உங்களைப்போல் மகா சாந்தமான மனதுடன், திடமாக, முன்வைத்த காலைப் பின்வாங்காமல், மிகப் பிடிவாதத்தோடு, விரோதிகளின் ரத்தத்தைச் சிந்தாமல் தர்ம யுத்தம் செய்தவர்களைக் குறித்து இது வரையில் கேட்டதே யில்லை.

உங்கள் தலைவராகிய ஸ்ரீ காந்தியின் நெறியையும் திடசித்தத்தையும் பார்த்தால் இப்படிப்பட்ட தெய்வீக குணங்களமைந்த புருஷனும் உலகத்திலிருக்கிறானா வென்று யோசிக்க வேண்டியதா யிருக்கிறது. இவர் பரம சாதுவாயிருந்துகொண்டு ராக்ஷதர்களை யொத்த விரோதிகளோடு தர்ம யுத்தம் புரிந்து நிற்கிரா ரென்று நமது தலைச் சித்திரத்தில் நமது புராணக் கதையை யொட்டி ஸ்ரீ காந்தியைப் பசுவாகவும் அவருடைய விரோதிகளைப் புலியாகவும் போட்டிருக்கிறது.

புராணத்தில் சொல்லிய புலி பாரத தேசத்தில் பிறந்ததாகையால் தேவதையின் அம்சம் கொஞ்சமேனும் இருந்தது.

இவருடைய எதிரிகளாகிய புலிகளுக்குத் தர்ம வாசனை சிறிதேனும் கிடையாது. அவர்கள் ஸ்ரீ காந்தியை விட்டு விடுவார்களா? ஒருநாளுமில்லை.

ஆனால், கடைசியாக ஜயம் ஸ்ரீ காந்தி பக்ஷம்தான். அதற்குச் சமுசயமில்லாவிட்டாலும், மனிதர்கள் நெஞ்சம் ஏழை நெஞ்சமாகையால் அவர் இப்போது படும் கஷ்டத்தைக் கேட்கச் சகிக்கவில்லை. ஆனால், கஷ்டம் நீடித்து நிற்காது. கடவுள் அனுக்கிரகத்தாலேயே ஒரு ஏற்பாடாய் விடுமென்று நம்புகிறோம்.

~~

9
ஸ்ரீ பாரத நாட்டின் புதிய புண்ய ஸ்தலங்கள்

இப்போது நமது பாரத நாட்டில் அநேக திவ்ய ஸ்தலங்கள் உண்டா யிருக்கின்றன. நமது நாட்டில் ஏற்கெனவே அநேக திவ்ய க்ஷேத்ரங்களும் புண்ணிய தீர்த்தங்களும் யாத்ரை ஸ்தலங்களும் இருக்கின்றன. நெடுநாளாய் நமது தேசத்தில் 108 விஷ்ணு ஸ்தலங்களும், 1008 சிவ ஸ்தலங்களும், 50 சக்தி பீடங்களும், 216 கணபதி குஹாதியர்கள் க்ஷேத்ரங்களும் இருக்கின்றன.

கங்கை, யமுனை, ஸரஸ்வதி, ஸிந்து, நர்மதை, காவேரி முதலான புண்ணிய நதிகளும் குண்டங்களும் தீர்த்தங்களும் இருக்கின்றன.

இதுவுமல்லாமல், அநேகமான ஸித்தர்களின் தபோவனங்களும் ஆச்ரமங்களு மிருக்கின்றன. ஜைநர்களுக்கும் பவுத்தர்களுக்கும்கூட நமது பாரத நாட்டில் புண்ணிய க்ஷேத்ரங்க ளிருக்கின்றன. இதே மாதிரி மஹமதீயர்களுக்கும் கிறிஸ்தவர்களுக்கும்கூட இருக்கின்றன.

இந்த இடங்களெல்லாம் எப்படிப் புண்ணிய ஸ்தலங்களாய் விட்டன? ஏதோ ஒரு கால விசேஷத்தில் மஹா தேஜஸ்வியான ஒரு மஹான் செய்த தவத்திற்கு மெச்சி கடவுள் அம்மஹானுக்கு இஷ்டபூர்த்தி யருளிய இடங்கள் இவை.

---

* இந்தியா: 8-1-1910, ப.2. கால வரிசைப்படுத்தப்பட்ட பாரதி படைப்புகள், ஆறாம் தொகுதி, பக். 276–279.

அதே மாதிரி நமது பாரத நாட்டில் ஸ்வதந்திரக் கிளர்ச்சி யாரம்பித்துக் கொஞ்சம் நாள்தான் ஆயிற்று. எனினும் அநேக புண்ணிய ஸ்தலங்கள் உண்டாய் விட்டன.

இந்தப் புண்ணிய ஸ்தலங்களின் விசேஷம் என்னவென்றால், இவைகள் பாரத நாட்டிலுள்ள எல்லா மதத்தினருக்கும் பொதுவானவைகள். பாரத நாட்டில் மாத்திரமல்லாமல் வெளிநாடுகளிலும் இந்த தேச பக்தர்களின் ஆச்ரமங்கள் தோன்றியிருக்கின்றன.

ஆமதாபாத்திலிருக்கும் "ஸாபர்மதி" சிறைச்சாலையை நோக்கும்போது எந்தப் பாரதனுக்குத்தான் "இது பாரத பரமபக்தரான மஹாரிஷி ஸ்ரீமான் பாலகங்காதர திலகரின் பொன்னடிகளால் புனிதமாக்கப்பட்ட திவ்விய க்ஷேத்ர"மென்று தோன்றாது?

மஹாராஷ்டிர பாஷையில் பேர் பெற்ற 'கால்' பத்திராதிபரான ஸ்ரீமான் சிவராம மஹாதேவ பரஞ்ஜபி 101 நாள் வாஸம் செய்த ஸித்தாச்ரமமும் இந்த ஸாபர்மதி சிறையே என்று ஞாபகப்படுத்திக் கொள்ளாதவர்கள் யார்? அல்லது அலிப்பூர் சிறைச்சாலையைப் பார்க்கும்போதே பாரத தேசபக்த சிரோமணியான ஸ்ரீமான் அரவிந்த கோஷுக்கு ஸ்ரீ பகவான் தனது திவ்விய ஸ்வரூபத்தைக் காட்டிக் காத்து ஆட்கொண்ட மஹா பரிசுத்தமான புண்ணிய ஸ்தலமென்று எவன்தான் எண்ணாமல விருப்பான்? கோயம்புத்தூர் சிறைச்சாலையைப் பார்க்கப் போகிறவர்களில் யார்தான் நமது தக்ஷிண தேசாபிமானச் சிங்கமான ஸ்ரீயுத சிதம்பரம் பிள்ளையைப் பற்றிச் சிந்தியாம லிருக்க முடியும்?

நமது பாரத நாட்டின் எல்லைக்கு வெளியேயுள்ள பர்மா தேசத்தின் பிரதான பட்டணமான மாண்டலே நகரத்துக் கோட்டைக்குள் செல்பவர்களில் யார்தான் ஸ்ரீயுத லாலா லஜபத்ராயையும், ஸர்தார் ஸ்ரீ அஜித் ஸிம்ஹரையும், ஸ்ரீமான் அச்வினீ குமார தத்தரையும் ஸ்மரிக்காம லிருப்பார்கள்? பர்மாவின் ஒரு மூலையிலிருக்கும் தாயட் மேயோவுக்குச் செல்பவர்கள் 'வந்தே மாதரம்' பத்திரிகையின் பிரபல பத்ராசிரியரான பரம வைதீக வாலிப தேசபக்தரான ஸ்ரீமான் ச்யாம ஸுந்தர சக்ரவர்த்தியின் பெயரை யார் மறக்க முடியும்?

தென்னாப்பிரிக்காவில் திரான்ஸ்வால் நாட்டிலுள்ள ஜொஹானஸ்பர்க் நகரத்திற்குப் போகிறவர்களில் எந்த மனுஷ்யன்தான் 'ஆத்மசக்தி ஸம்பூரணமாய் நிறைந்த பாரத புத்ரர்களான ஸ்ரீமான் மோ.க. காந்தி, ஜனாப் டாவுத் மஹமத்,

ஜனாப் அங்கிலயா, ஸ்ரீ ரஸ்தோம்ஜீ முதலானவர்களின் நெற்றி வியர்வை நிலத்தில் விழுந்து புனிதமாக்கப்பட்ட வீதி இதுதான்; அவர்தமது வாஸத்தால் பரிசுத்தம் செய்யப்பட்ட திவ்ய ஸ்தலமான சிறைச்சாலை இதுவே; நமது பாரத ஸஹோதரிகள் பலவிதத்திலும் இடுக்கண் படுத்தப்பட்டவிடம் இதுவே' என்று யாருக்குத்தான் மனஸில் ஸ்மரணை வராது?

இப்போது நாம் புதிய திவ்ய ஸ்தலங்களெல்லாவற்றையும் எடுத்துச் சொல்லி முடித்துவிடவில்லை. நம்மாலும் முடியாது.

ஆனால், நமது பாரத நாட்டின் ஸ்வதந்திர முயற்சியில் உண்மையை நம்மவர்களுக்குப் போதித்து வந்ததற்காக எத்தனை மஹான்கள் எப்படி எப்படிக் கஷ்டத்திற்கு உட்படுத்தப் படுகின்றனர் என்பதை ஒரு தூக்குத் தொகையாய்க் காட்டினோம்.

எப்படி பாரத ஸ்வராஜ்யப் பெருமுயற்சியானது பாரதர்கள் எல்லோருக்கும் பொதுவான மதமாக விருக்கிறதோ, அப்படியே இந்த திவ்ய ஸ்தலங்களும் பாரதர்களனைவர்களுக்கும் பொதுவான திவ்ய ஸ்தலங்கள் என்பதே நாம் சொல்ல வந்தது.

பிரிடிஷ் தன்னரசானது இன்னும் அநேக ஸ்தலங்களையும் தேசபக்த அடியார்களையும் உலகத்திற்குத் தெரிவிக்கப்போகிறது!

ஆஹா! என்ன மாறுதல்! என்ன காலத்தின் கோலம்! சிறையின் கோரங்களும் பயங்கரமான எண்ணங்களும் மாறி ஒவ்வொரு சிறையும் புண்ணிய ஸ்தலமாய் விட்டது!

உலகத்தில் ஸ்வதந்திர ஸ்தாபனம் செய்த ஸ்ரீ பகவான் திருவவதரித் தருளியபோது அவர் ஜன்மபூமி கம்ஸனுடைய சிறைச்சாலை; அதை யொட்டியே நவீன பாரதக் கிளர்ச்சியும் மஹான்களின் சிறைவாஸத்தால் நாட்டினில் பலப்பட்டுக் கொண்டே வருகிறது.

நமது பாரத நாட்டினர்களின் மீட்சி எனும் பெருந்தவ முயற்சியில் பல புண்ணிய க்ஷேத்ரங்கள் இதிஹாஸங்களுடன் ஏற்பட்டுக்கொண்டே வருகின்றன.

~~

10

தென் ஆப்ரிக்காவுக்குப் போகும் கூலிகளைத் தடுத்தல்

இப்பொழுது நடந்துவரும் சட்டசபையில் ஸ்ரீ கோக்கலே ஒரு தீர்மானம் நடைபெறவேண்டுமென்று கேட்டிருக்கிறார். அதன் முக்கிய கருத்து இந்தியாவிலிருந்து தென் ஆப்பிரிக்காவுக்குக் கூலியாட்களை யேற்றி வருவதைத் தடுக்க வேண்டுமென்பதே. இவரும் மற்றுமுள்ள இந்தியப் பிரதிநிதிகளும் இதைத் தடுக்க வேண்டிய சட்டத்தைச் செய்து உடனே அமுலுக்குக் கொண்டுவந்தால் இந்தியர்களுக்கு நலமென்கிறார்கள். இவர்கள் சொல்வதைப்போல் கூலிகளைத் தடுத்துவிட்டால் அங்குக் கஷ்டப்பட வேண்டிய அவசியமே யில்லை யென்பது வாஸ்தவம்தான். போனவர்கள் எப்படியாவதிருக்கட்டும்; இனியாவது போய்த் துன்பப்பட வேண்டியதில்லை என்பது நியாயமே. இதை இந்திய சட்டசபையார் ஒப்புக்கொள்ளப் போகிறார்களோ, தள்ளிவிடப் போகிறார்களோ? எப்படி இருந்தாலென்ன, இந்தத் தீர்மானத்தால் நம் ஜாதியாரைச் செய்யும் அவமானம் போகுமா? இந்திய சட்டசபை நம் ஜாதீய சபையாயிருந்தால் அதை யல்லவோ கவனிக்க வேண்டும். அதில்லாமல் தென் ஆப்பிரிக்காவுக்குப் போகாதிருந்தால் அங்கு படும் அவமானத்திற்கு ஆளாக வேண்டியதில்லை யென்பது குழந்தைக்கும் தெரியும். இதற்குச் சட்டசபை தீர்மானம் எதற்கு? ராணுவ பலத்தோடு

---

* *விஜயா:* 26–2–1910, ப.2.

கூடி, தம்முடைய தீர்மானங்களை நிறைவேற்றும் தன்மையுள்ள ஒரு பெரிய ஜாதீய சபை இவ்விதமாகவா நடந்துகொள்ளும்? துஷ்டரைக் கண்டு தூர விலக வேண்டியது புத்திசாலித்தனந்தான். அது தனித்தனி மனிதர்களுக்குத் தகுந்ததே யொழிய ராஜ நீதியல்ல. அரசன் துஷ்டர்களைக் கண்டிக்காமல் ஒதுங்கி நின்றால் அது நியாயமாகுமா? இம்மாதிரியான 'தர்ம ஸங்கரத்தை' யல்லவோ ஸ்ரீ கிருஷ்ண பகவான் கீதையில் கண்டித்தது.

இந்தியக் கூலிகளைத் தென் ஆப்பிரிக்காவுக்குப் போகாமலிருக்கச் செய்வது நம் கடமைதான். ஆனால், நாங்கள் குடியேறிய நாட்டுக்கு தந்திர இந்தியர்கள் வரக்கூடாதென்று சொல்லும் தென் ஆப்பிரிக்கா வெள்ளையரைக் கேழ்ப்பார் யார்?

'நம்மிந்தியர்களை வதைத்து வருகிறார்களே இதற்கு என்ன முடிவு? இந்த ஆங்கிலேயர்களுக்கும் தென் ஆப்ரிகாவுக்கும் என்ன சம்மந்தம்? இவர்களும் குடியேறினவர்கள்தானே? இனி நாம் தென் ஆப்ரிக்காவுக்கு போகவே கூடாதா? அப்படி நம்மைத் தடுப்பதற்கு நியாயமென்ன?' என்னும் கேழ்விகளை யார் கேட்டு மறுமொழி யடைவார்கள்? நம் ஜாதீய சபையார் ஒதுங்கியிருக்கும்படி நம்மைக் கேட்டால் நாமடையும் மானக்கேடைப் போக்குவது யார்? பிரதிநிதியாகிய ஸ்ரீ தாதாபாய் சொல்லியதுபோல் இந்தச் சபையார்தான் நம் மானக்கேட்டைப் போக்க வழி கண்டுபிடிக்க வேண்டும். ஆங்கில தேச கவர்ன்மெண்டார் ஒன்றும் செய்யமாட்டார்கள். ஆனால், இந்தச் சபையாரும் ஒதுங்கி யிருந்து அவமானமடையாம லிருக்கும் வழியை விட்டுவிட்டு வேறுவிதமான தைரிய வழிகளால் நம் ஜனங்களின் உரிமையைக் காப்பாற்ற முயல வேண்டும். நமக்குத் தென் ஆப்ரிகாவில் சம உரிமை வாங்கிக் கொடுக்க வேண்டும். இதற்காகத்தான் ஸ்ரீ காந்தி முதலானவர்கள் விடாமுயற்சி செய்கிறார்கள். அவர்களை நாம் கைவிட்டுவிடக் கூடாது.

~~

11

தென் ஆப்பிரிக்கா ஐக்கிய சட்டசபை

தென் ஆப்பிரிக்காவுக்கு ஐக்கிய சட்டசபை ஏற்படுத்தியபோது முதல் முதலில் இந்தியர்களை அடக்க வேண்டிச் சட்டம் ஒன்று கொண்டுவரப்பட்டது. அதைக் கண்டு ‘தென் ஆப்பிரிக்கா வெள்ளைப் பிரதிநிதிக ளெல்லாம் சந்தோஷப்பட்டு அதிபதிக்கு வணங்கினார்கள். பிரபலமானவர்கள் எதிர் கக்ஷியிலிருப்பதையும் பாராட்டாமல் தம்முடைய ஜனங்களுக்குத் தெய்வத்தால் கொடுக்கப்பட்ட உரிமைகளை மறுக்கக் கூடாதென்று ஒரே பிடிவாதமாய் ஸ்ரீ காந்தியும், வெள்ளையர்களில் ஒருவராகிய ஸ்திரிநியரும், கறுப்பு மனிதர்களில் ஒருவராகிய ஜடாவு என்பவரும் எதிர்த்தார்கள்.

மேலே நின்று கொண்டிருப்பவர்களில் மத்தியிலிருப்பவர்தான் ஸ்ரீ காந்தியாம்.

இச் சித்திரம் தென் ஆப்பிரிக்காவில் ஒரு ஆங்கிலப் பத்திரிகையில் பிரசுரிக்கப்பட்டது. (தமிழெழுத்து நம்முடையது)

---

* *இந்தியா:* 12–3–1910, ப.3. *கால வரிசைப்படுத்தப்பட்ட பாரதி படைப்புகள்*, ஆறாம் தொகுதி, பக். 740, 741.

இந்தியா

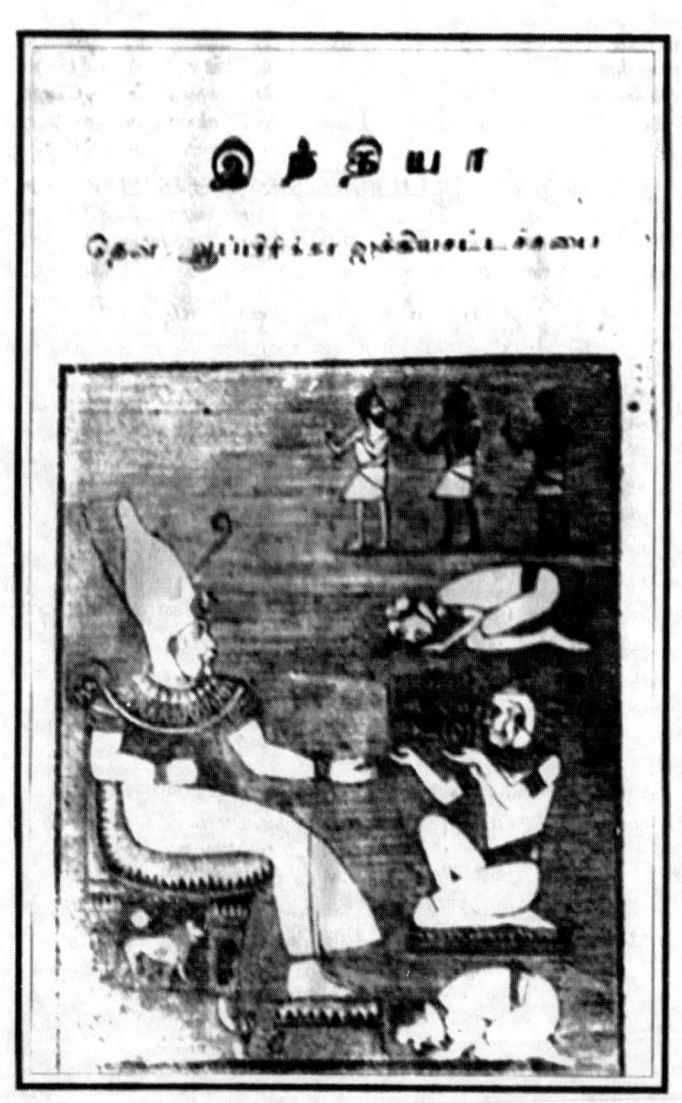

12

தராசு

ஸ்ரீமான் காந்தியின் கொள்கைகள்

இன்று நமது தராசுக் கடைக்குச் சென்னப்பட்டணத்திலிருந்து ஒரு காலேஜ் மாணாக்கர் வந்து சேர்ந்தார்.

“ஒய்.எம்.ஸி.ஏ.யில் மிஸ்டர் காந்தி செய்த உபந்நியாஸத்தைப் பற்றி உம்முடைய ஒப்பினியன் எப்படி” என்று அந்த மாணாக்கர் கேட்டார்.

“இதென்னடா, கஷ்டகாலம்! காலை வேளையில் இந்த மனுஷன் ஹிந்துஸ்தானி பேச வந்தான்!” என்று சொல்லித் தராசு நகைக்கலாயிற்று. தராசுக்கு இங்கிலீஷ் தெரியாது. ஹிந்துஸ்தானி யதார்த்தத்திலே தெரியும். தெரியாததுபோலே சில சமயங்களில் பாவனை செய்வதுண்டு.

“ஒய்.எம்.ஸி.ஏ. என்பது வாலிபர் கிறிஸ்தவ சங்கம் என்று பெயர் கொண்ட ஒரு சபையைக் குறிப்பிடுவது. அந்தச் சபையாரின் பிரசங்க மண்டபத்தில் ஸ்ரீமான் காந்தி சில தினங்களின் முன்பு ஒரு உபந்யாசம் செய்தாராம்.

அந்த உபந்யாசத்தைப் பற்றி, “ஏ தராசே உன்னுடைய அபிப்பிராயத்தை அறிந்துகொள்ள வேண்டுகிறார்” என்று நான் விளக்கிச் சொன்னேன்.

“விஷயமென்ன?” என்று கேட்டது தராசு.

---

* *சுதேசமித்திரன்:* 22–2–1916, ப.7.

"இங்கிலீஷ் கலக்காமல் பேசும்" என்று நான் பிரார்த்தனை செய்துகொண்டேன்.

பட்டணத்து மாணாக்கர் சொல்லுவதானார்:

"ஸ்ரீ காந்தி தாம் வாசம் செய்யும் ஆமதாபாத் நகரத்தில் ஒரு ஆசிரமம் ஏற்படுத்தி யிருக்கிறார். அந்த ஆசிரமத்திலே யௌவனப் பிள்ளைகள் பலரை வைத்துக்கொண்டு அவர்களைத் தேச ஸேவைக்குத் தயார்ப்படுத்துகிறார். அவருடைய ஆசிரமத்திலே பயிற்சி பெறுவோருக்குச் சில விரதங்கள் அவசியமென்று ஏற்படுத்தியிருக்கிறார். உண்மையிலே லோகோபகாரம் செய்ய விரும்புவோர் எல்லோருமே மேற்படி விரதங்களை அனுஷ்டிக்க வேண்டுமென்பது அவருடைய கொள்கை. கிறிஸ்தவ சங்கத்தில் நடந்த பொதுக்கூட்டத்தில் அவர் அந்த விரதங்களைக் குறித்துத் தான் பேசினார். விசேஷமாக அவர் வற்புறுத்திச் சொல்லிய விஷயங்கள் பதினொன்று. அவை பின்வருமாறு:

1. ஸத்ய விரதம்; எப்போதும், யாரிடத்திலும், என்ன துன்பம் நேரிட்டாலும் ஒருவன் உண்மையே பேச வேண்டும். பிரஹலாதனைப் போல.

2. அஹிம்ஸா விரதம்; எவ்வுயிருக்கும் துன்பஞ் செய்யலாகாது. யாரையும் பகைவராக நினைக்கலாகாது; ஒருவன் உன்னை அடித்தால் நீ திரும்பி அடிக்கக்கூடாது.

3. பிரமசரியம்; விவாகம் பண்ணிக்கொள்ளக் கூடாது. ஏற்கெனவே மனைவி யிருந்தால் அவளை ஸஹோதரம்போல நடத்த வேண்டும்.

4. நாக்கைக் கட்டுதல்; உணவிலே மஸாலா சேரக் கூடாது; ருசியை விரும்பி உண்பது பிழை; அதனால் உஷ்ணம் அதிகரித்து, போக இச்சை யுண்டாகிறது.

5. உடைமை மறுத்தல்:— ஒருவன் ஒரு பொருளையும் தனது சொத்தாகக் கொள்ளலாகாது;

6. சுதேசியம்: நமது தேசம், நமது ஜில்லா, நமது கிராமத் தொழிலை முதலாவது ஆதரிக்க வேண்டும், நமது தேசம், நமது ஜில்லா, நமது கிராமத்து அம்பட்டன் நேரே க்ஷவரம் செய்யாமல் போனாலும், அவனுக்குப் பயிற்சி உண்டாகும்படி செய்து நாம் அவனிடமே க்ஷவரம் செய்துகொள்ள வேண்டும். வெளியூர் அம்பட்டனை விரும்பக்கூடாது.

7. பயமின்மை,— எதற்கும் நடுங்காத நெஞ்சம் வேண்டும். அஃதுடையவனே பிராமணன்.

8. தீண்டல்:– தீண்டாத ஜாதி என்று ஒருவரை யொருவர் அமுக்கி வைப்பது பாவம். அது பெருங் கேடு. எந்த ஜாதியுந் தீண்டலாம்.

9. தேச பாஷை:– தேச பாஷையிலேயே கல்வி பயில வேண்டும்.

10. தொழிற் பெருமை:– எல்லாத் தொழில்களுக்கும் ஸமான மதிப்புண்டு. ஒரு தொழில் இழிவாகவும் மற்றொரு தொழில் உயர்வாகவும் கருதலாகாது.

11. தெய்வ பக்தி:– பொதுக் காரியங்களிலும், ராஜீய விஷயங்களிலும் பாடுபடுவோருக்குத் தெய்வ பக்தி வேண்டும்.

இதுதான் ஸ்ரீ காந்தி செய்த பிரசங்கத்தின் ஸாராம்சம்.

தராசு சொல்லலாயிற்று:–

“ஸ்ரீமான், காந்தி நல்ல மனுஷர். அவர் சொல்லுகிற ஸத்ய விரதம், அஹிம்ஸை, உடைமை மறுத்தல், பயமின்மை இந்த நான்கும் உத்தம தர்மங்கள். இவற்றை எல்லோரும் இயன்ற வரை பழக வேண்டும். ஆனால் ஒருவன் என்னை அடிக்கும்போது நான் அவனைத் திரும்பி அடிக்கக்கூடாதென்று சொல்லுதல் பிழை.

சுதேசியம், ஜாதி ஸமத்வம், தேச பாஷைப் பயிற்சி, தெய்வ பக்தி இந்த நான்கையும் இன்றைக்கே பழகி சாதனை செய்துகொள்ள வேண்டும். இல்லாவிட்டால் நமது தேசம் அழிந்து போய்விடும்.

நாக்கைக் கட்டுதல், பிரமசரியம்:– இவை யிரண்டையும் செல்வர்கள் இடையிடையே அனுஷ்டித்தால் அவர்களுக்கு நன்மை யுண்டாகும். ஏழைகளுக்கு இந்த உபதேசம் அவசியமில்லை. அவர்களுக்கு நாக்கை ஏற்கெனவே கட்டித்தான் வைத்திருக்கிறது. பிரமசரியத்தை ஜாதி முழுமைக்கும் ஸ்ரீ காந்தி தர்மமென்று உபதேசம் செய்யவில்லை. அந்த வேலை செய்தால் தேசத்தில் சீக்கிரம் மனிதரில்லாமல் போய்விடும்.

காந்தி பதினொரு விரதம் சொன்னார். நான் பன்னிரண்டாவது விரதமொன்று சொல்லுகிறேன். அது யாதெனில்:– “எப்பாடு பட்டும் பொருள் தேடு; இவ் வுலகத்திலே உயர்ந்த நிலைபெறு”.

இந்தப் பன்னிரண்டாவது விரதத்தை தேச முழுதும் அனுஷ்டிக்க வேண்டும்.

~~

13

பல

பல துளி பெரு வெள்ளம். பல உயிர் பெருந் தெய்வம். தேசத்தின் மேன்மைக்குப் பலர் பல விதங்களிலே தொழில் செய்து வருவதைக் கண்டு ஸந்தோஷ முண்டாகிறது.

ஸ்ரீமான் காந்தி

நமது தேசத்தார் ஆபிரிக்கா முதலிய வெளி நாடுகளுக்கு "ஒப்பந்தக் கூலி"க்காரராகப் போவதை எந்த விதத்திலும் தடுத்து விடவேண்டுமென்று ஸ்ரீ காந்தி பாடுபடுகிறார். "ஒப்பந்தக் கூலி" என்பது விலையடிமையைத் தவிர வேறொன்றுமில்லை. இந்த விஷயம் நமது தேசத்துப் பண்டிதர்களுக்கும், செல்வர்களுக்கும் நெடுங்காலமாகத் தெரியும். ஆனாலும், ஆத்ம சக்திக் குறைவினால் இதுவரை தடுக்க முடியவில்லை. லார்டு ஹார்டிஞ்ச் வைஸ்ராய் வேலையை விட்டுப் போகுமுன்பு, இந்த "ஒப்பந்தக் கூலி" கூடாதென்று சட்டஞ் செய்துவிட வேண்டுமென்பதாக ஸ்ரீ காந்தி மன்றாடுகிறார். நமது தேசத்து மானஸ்தரெல்லோரும் இந்த விஷயத்தில் தத்தமக்கு இயன்ற வரை முயற்சி செய்யும்படி வேண்டுகிறேன்.

~~

---

* சுதேசமித்திரன்: 8–3–1916, ப. 3.

14
தமிழ் வளர்த்தல்

ஸ்ரீமான் காந்தி சொல்வதிலே சிற்சில விஷயங்கள் எனக்கு ஸம்மதமில்லை. திருஷ்டாந்தமாக, அவர் கொள்கைப்படி நல்லோர்

(1) பயறுகளையும் காய் கனிகளையும் சமையல் பண்ணாமல் தின்ன வேண்டுமென்றும்,

(2) விவாகம் செய்துகொள்ளக் கூடாது. அப்படியே செய்துகொண்டாலும் பத்தினியை ஸகோதரமாகக் கருதவேண்டுமென்றும்,

(3) ஸௌகர்யப்பட்ட போதெல்லாம் சிறைக்களத்துக்குப் போக வேண்டுமென்றும்

ஏற்படுகிறது.

எனது கக்ஷி என்னவென்றால்:

(1) சமையல் செய்தும், செய்யாமலும் ருசி ருசியான பலவித உணவுகளை உடம்புக்கு வலிமையும், சுகமும் உண்டாகும்படி நல்லோர் உண்டு களிக்க வேண்டும்.

(2) அழகும், அன்புமுடைய இளம்பெண்ணை மணஞ் செய்துகொண்டு, அவளுடன் வாழ வேண்டும்.

(3) நல்லோர் எவ்வகையிலும் துன்பத்தை விரும்பிச் செல்லலாகாது. பெரிய இன்பத்துக்காகச் சிறிய துன்பம் தானே வந்து நேருமானால், அதனையும்

---
* சுதேசமித்திரன் : 18-3-1916, ப. 3.

இன்பமாகக் கருதி அனுபவிக்கலாம். துஷ்டர்களைக்கூடச் சிறையிலே போட்டு வருத்தப்படுத்தலாகாது. அவர்களை வலிமையால் அடக்கி நல்ல புத்தி வரும்படி செய்து பிறகு விட்டுவிட வேண்டும்.

சுருக்கம்: அவர் துறவு மார்க்கத்தைச் சேர்ந்தவர். நான் இன்ப மார்க்கத்தைச் சேர்ந்தவன்.

ஆனாலும், அவரிடத்திலே எனக்கு மதிப்புண்டு. ஏனென்றால், அவர் தமக்கு உண்மையாகத் தோன்றியதை ஒளியாமல் பேசுகிறார்; பிறருக்கு உபதேசம் செய்யும் விஷயங்களைத் தாமும் தவறாமல் அனுஷ்டிக்க முயலுகிறார். இதுவெல்லாம் உயர்வுக்கு லக்ஷணம்.

ஆதலால், என்னுடைய கருத்துக்கு ஒத்த வார்த்தைகள் அவர் பேசும்போது எனக்கு ஸந்தோஸ முண்டாகிறது.

பாரத தேச முழுதிலுமுள்ள தேசாபிமானிகளெல்லோரும் தமிழ் மொழியை நன்றாகக் கற்றுத் தெரிந்து கொள்ள வேண்டுமென்று முன்னொரு முறை ஒரு பத்திரிகையிலே எழுதியிருந்தார். இதிலே எனக்கு மிகவும் திருப்தி உண்டாயிற்று.

தமிழின் பெருமை

தமிழின் பெருமையை நமது தேசத்தின் மற்றப் பகுதியிலிருப்போர் நன்றாகத் தெரிந்துகொள்ளவில்லை. தமிழ் மக்களிலேயே பல மூடர் நமது பாஷையின் மகிமையை அறியாதிருக்கிறார்கள். தமிழ் விஷயத்தில் விசேஷமான நல்லெண்ணங்கொண்டிருப்பதுடன் பொதுவாக நம்மவர் சுதேச பாஷைகளின் வாயிலாகக் கல்விப் பயிற்சி செய்ய வேண்டுமென்பதை ஸ்ரீ காந்தி வற்புறுத்தி நன்றாக விளக்கி யிருக்கிறார்.

தமிழ் மக்களுக்கே இஃதெழுதுவதனால், ஸ்ரீமான் காந்தி பொதுப்படையாகக் கூறியதை நான் "தமிழின் பெருமை" என்ற மகுடத்தின் கீழே சேர்க்கிறேன். அவர் சில தினங்களின் முன்பு சென்னப்பட்டணத்திலே பாதிரிக்கூட்டத்தார் முன்பு செய்த பிரசங்கமொன்றில் இந்த ஸங்கதியைக் குறித்து மிகவும் தெளிவான உண்மைகளைச் சொல்லியிருக்கிறார். அவற்றை இங்கே பெயர்த்தெழுதுகிறேன்:

"நமது தேசத்தில் அன்னிய பாஷைவாயிலாகக் கல்விப் பயிற்சி செய்தல் வழக்கமாய்விட்டது. இது

கெட்ட வழக்கம். இதனால் இங்கிலீஷ் படிப்புள்ள நமக்கெல்லாம் பொது ஜனங்களின் மீது செல்வாக்கு உண்டாகவில்லை. மஹா ஜனங்களுக்கு நாம் பிரதிநிதிகளாய் நிற்க விரும்புகிறோம். நம்மால் முடியவில்லை. பொதுஜனங்கள் நம்மை அங்கீகாரம் செய்யவில்லை. அவர்களுடைய உள்ளக் கருத்துக்களை நாம் அறியத் திறமை யில்லாமல் இருக்கிறோம். அவர்களுடைய மனோரதங்கள் வேறு; நம்முடைய மனோரதங்கள் வேறு, நமக்குள்ளே உடைப்புண்டாய் விட்டது. சென்ற ஐம்பது வருஷங்களில், நமது படிப்பெல்லாம் தேச பாஷைகளின் மூலமாக நடந்திருக்குமானால், நம்முடைய பந்துக்கள், வேலைக்காரர், அக்கம்பக்கத்தார், எல்லாருக்கும் நமதறிவு பயன்பட்டிருக்கும். ஜகதீச சந்திர வஸு, பிருதுவி சந்திர ராய் போன்ற நமது நாட்டு மஹாபண்டிதர் கண்டுபிடித்திருக்கும் புதுமை களெல்லாம் ராமாயண, மஹாபாரதங்களைப் போல வீடுதோறும் தெரிந்திருக்கும்.

இப்போது, அவ்விதமான புதுமைகளெல்லாம் அன்னியர் கண்டுபிடித்தால், நமது நாட்டுப் பொது ஜனங்களுக்கு எவ்வாறு பயனில்லா திருக்குமோ அப்படியேதானிருக்கிறது. எல்லா சாஸ்திரங்களையும் தேச பாஷைகளின் மூலமாகவே பயிற்சி செய்திருந்தோமானால், அந்தப் பாஷைகள் இதற்கு முந்தி மிகவும் ஆச்சரியமான வளம் பெற்றிருக்கும். கிராம சுத்தி முதலான விவகாரங்களுக்கெல்லாம், நெடுங்காலத்துக்கு முன்னாகவே தீர்ப்புண்டா யிருக்கும். கிராமப் பஞ்சாயத்துக்கள் விசேஷ சக்தியுடன் வேலை செய்து கொண்டிருக்கும்; நம்முடைய அவஸரங்களுக்கு வேண்டியதான ஸ்வராஜ்யமும் அனேகமாகக் கிடைத்திருக்கும்."

இவ்வாறு ஸ்ரீமான் காந்தி சொல்லிய வார்த்தைகளை நாமெல்லாரும் பொன்னெழுத்திலே எழுதிப் போற்றுதல் தகும்.

~~

15
யேசு கிறிஸ்துவின் வார்த்தை

யேசுவினிடம் ஒரு நாள் ஒரு மனிதன் வந்து "ஸ்வாமி, எனக்கு நித்ய வாழ்வு வேண்டும். அதற்கு உபாயம் என்ன?" என்று கேட்டான்.

அதற்கு யேசு சொன்னார்: "ஈசன் கட்டளைகள் பத்து; அவற்றின்படி நட. வியபிசாரம் பண்ணாதே; கொல்லாதே; திருடாதே; பொய்ச் சாட்சி சொல்லாதே; வஞ்சனை பண்ணாதே; தாய் தந்தையரைப் போற்று" என்றார்.

வந்த மனிதன்: "நான் இந்த விதிகளையெல்லாம் தவறாமல் நடத்தி வருகிறேன்" என்றான். அப்போது யேசு கிறிஸ்து சொல்லுகிறார்: "ஒரு குறை இன்னும் உன்னிடத்திலே யிருக்கிறது. வீட்டுக்குப் போய் உனது சொத்தையெல்லாம் விற்றுப் பணத்தை ஏழைகளுக்குக் கொடுத்துவிடு. உனக்கு மோக்ஷச் செல்வம் உண்டாகும். சிலுவையை (அதாவது, வேள்வி விரதத்தைக்) கைக்கொண்டு என்னுடனே வா" என்றார்.

வந்த மனிதன் இந்த வார்த்தையைக் கேட்டு மிகவும் துயரத்துடன் திரும்பிப் போனான். அவன் பெரிய பணக்காரன். அவ்வளவையும் ஏழைகளிடம் கொடுத்துவிட்டுச் சிலுவையைத் தூக்கிக்கொண்டு யேசுவின் பின்னே போவதில் அவன் மனதுக்கு

---

* சுதேசமித்திரன், 17.01.1917, ப. 3.

தொகுப்பும் பதிப்பும்: ய. மணிகண்டன்

இன்பந் தோன்றவில்லை. அப்போது யேசு கிறிஸ்து பக்கத்திலிருந்த தமது சீடரை நோக்கிச் சொல்லுகிறார்:

"செல்வ முடையார் மோக்ஷ ராஜ்யத்தில் புகுதல் மிகவும் அரிது" என்றார்.

சீடரெல்லாம் இதைக் கேட்டு வியப்பெய்தினர். ஸஹஜந்தானே? பணம் நிரம்ப வைத்திருப்போர் யார்? ராஜா, மந்திரி, ஸேனாபதி, வியாபாரி, ஜமீந்தார், கோயிலதிகாரிகள், மடாதிகாரிகள் – இத்தனை பேருக்கும் தான் ஸாதாரணமாக அதிகப் பணமுண்டு. இத்தனை பேருக்கும் மோக்ஷம் சந்தேக மென்று சொன்னால் கேட்போருக்கு வியப்புண்டாவது ஸஹஜந்தானே? குருக்கள்கூட நரகத்துக்குத்தானா போக வேண்டும்?

யேசு கிறிஸ்து பின்னும் சொல்லுகிறார்:

"மக்களே, செல்வமுடையோர் ஈசனுலகத்திற்குள்ளே புகுதல் மிகவும் அரிது; ஊசித்தொளையில் ஒட்டகை நுழைவதைக் காட்டிலும் செல்வன் மோக்ஷத்துக்குள் நுழைவது கடினம்" என்றார். அப்போது பேதுரு என்ற சீடன் சொன்னான்:

"நாங்கள் அனைத்தையும் விட்டு உம்முடன் வந்திருக்கிறோமே" என்றான். அப்போது யேசு சொல்லுகிறார்:

"என் பொருட்டாகவும், வேதத்தின் பொருட்டாகவும், எவனொருவன் வீட்டையேனும், உடன்பிறந்தாரையேனும், தாய் தந்தையரையேனும், பெண்டு பிள்ளைகளையேனும், காணியையேனும் விட்டு வருகிறானோ அவனுக்கு அவையனைத்தும் நூறு பங்கு பெருகிவரும். இஹத்தில் உடன்பிறந்தார், தாய் தந்தையர், பெண்டு, பிள்ளைகள், பூமி – எல்லாம் திரும்பக் கிடைக்கும். ஆனால், கொடுமை அனுபவிக்கவேண்டும். பரத்தில் நித்ய வாழ்க்கை கிடைக்கும். ஆனால், இப்போது முதற்பட்டிருப்போர் கடைப்படுவார்கள். கடைப்பட்டிருப்போர் முதல் நிலையடைவார்கள்" என்று யேசு சொன்னார்.

ஷ கதையை ஸ்ரீமான் காந்தி எடுத்துக்காட்டிச் சில தினங்களின் முன்பு பிரயாகையிலே ஒரு அர்த்த சாஸ்த்ர சபையாரின் முன்பு செய்த பிரசங்கத்தின் கருத்தென்ன வென்றால்: 'ஐரோப்பியர் செல்வம் தேடுவதையே ஒரு பெரிய தர்மமாக நினைத்துவிட்டார்கள். அப்படி நினைத்தபடியால் அவர்களுக்குப் பலவித அஸௌகர்யங்கள் நேரிட்டன. நாம் செல்வத்தைப் பெரிதாக வைக்கக் கூடாது' என்பதேயாம்.

ஸ்ரீமான் காந்தி சொல்லுகிறார்:

"இதுகொண்டே முற்காலத்திலும் பணந் தேடும் காரியங்களுக்கு ஒரு வரம்பேற்படுத்தினார்கள். லௌகிக ஆசையை யெல்லாம் நிறுத்திவிட வேண்டுமென்று நான் சொல்லவில்லை. பொருள் தேடுவதையே நோக்கமாகக் கொண்ட கூட்டமொன்று நம்முள்ளே யிருக்கலாம். ஆனால், அந்த நோக்கம் ஸர்வோந்நதமன்று....

மேற்கு தேசத்தார் தங்களுடைய அபிவிருத்தியைப் பவுன், ஷில்லிங், பென்ஸ் கணக்குப் போட்டுப் பார்க்கிறார்கள். அமெரிக்காவின் செல்வத்தை அளவெடையாக வைத்துக் கொண்டிருக்கிறார்கள்.

அங்கே எல்லா தேசத்தாருக்கும் அமெரிகாவைக் கண்டால் பொறாமை. நமது தேசத்தில் சிலர் அமெரிகாவைப் போலே நாமும் செல்வந் தேடுவதே சரியென்றும், ஆனால் அந்த மாதிரியாக நாம் வேலை செய்ய வேண்டாமென்றும் சொல்லுகிறார்கள். இந்த முயற்சி ஈடேறாது. ஒரு மனிதன் ஏக காலத்தில் உத்தமம், மத்திமம், அதமம் என்ற மூன்று நிலைமையிலும் இருக்க முடியாது... யந்திரசாலை, ஆலை இவற்றால் என்ஜின் புகையேறிய நாட்டிலே தேவர்களிரார்... நவீன யந்திர தந்திரங்களாலும், அவற்றால் விளையும் செல்வத்தினாலும் இன்பமுண்டாகாது."

இங்ஙனம் ஸ்ரீமான் காந்தி யேசுநாதரை மாத்திரமே யல்லாமல், மகமது, புத்தர், நானக், கபீர், சைதந்யர், சங்கராசார்யர், தயாநந்தர், ராமகிருஷ்ணர் என்ற ஞானிகளை யெல்லாம் காட்டி, இவ்வனைவரும் வறுமையை விரதமாகக் கொண்டு மேன்மை பெற்றதையும், உலகத்துக்கு நல்ல வழி காட்டியதையும் ஞாபகப்படுத்துகிறார். ஆதலால், வறுமை விரதமே உயர்வென்கிறாரா? ஒரே யடியாக அப்படியும் சொல்லவில்லை. பொன்னைக் காட்டிலும் அதிக உண்மை காட்டவேண்டும். அதிகாரத்தைக் காட்டிலும் அதிக தீரம், சுயநலத்தைக் காட்டிலும் அதிக ஈகை – இவை வேண்டும். நமது வீடுகளையும், அரமனைகளையும், கோயில்களையும் பணக்கோலம் குறைவாகவும், குணக்கோலம் அதிகமாகவும் விளங்கச் செய்வோமானால் நம்மிடத்தில் பாரமான ஸைந்ய மில்லாமலே, எதிர்த்து வரும் சேனைக் கூட்டங்களைத் தடுக்கலாம் என்று ஸ்ரீமான் காந்தி சொல்லி வருவதில் எனக்குப் பெரும்பாலும் உண்மையாகவே தோன்றுகிறது. தெய்வமில்லை யென்று சொல்லி எந்தத் தவறு செய்தாவது பணந் தேடுவார் பணத்தையே தெய்வமென்று கொண்டோர்.

இவ்வினத்தார் எல்லா தேசங்களிலும் இருக்கிறார்கள். இவர்கள் மனதிலே தம்மை மேதாவிகளாகவே நினைத்திருக்கிறார்கள். இவர்களுடைய மேதாவித்தனம் மடத்தனம். தெய்வத்தை நம்பி எப்போதும் உண்மை சொல்ல வேண்டும். பயப்படக் கூடாது. எது நியாயமென்று தோன்றுகிறதோ, அதை அச்சமில்லாமல் செய்து முடிக்கவேண்டும் என்று காந்தி சொல்வதை நான் வேத வாக்காக ஒப்புக்கொள்ளுகிறேன். தெய்வத்தின் அருள் பெற்றால் மற்றச் செல்வங்களெல்லாம் கூடி வருமென்று யேசு கிறிஸ்து சொல்லியதைக் காந்தி எடுத்துக் காட்டுகிறார். அதுவும் வேத வாக்கேயாம். ஆனால் அவர் சொல்வது துறவு நெறி. அது சிலருக்குச் சில காலங்களில் பயன்படலாம். இக்காலத்தில் பலருக்கு அது தீமை யுண்டாக்கும். தெய்வத்தை எதிர்த்துச் செல்வம் தேடுதல் தீமை யென்பதை நான் ஒப்புக்கொள்ளுகிறேன். ஆனால், தெய்வத்தை நம்பி உடனே செல்வத்தைச் சேர்க்க வேண்டும். இது என்னுடைய கொள்கை. எனக்குத் தெரிந்தவரை ரிக் வேதம் இதுபோலவே சொல்லுகிறது.

~~

16

பெண் விடுதலைக்குத் தமிழப் பெண்கள் செய்யத்தக்கது யாது?

புதுச்சேரியில் ஸ்ரீ சி. சுப்பிரமணிய பாரதியின் குமாரி ஸ்ரீ தங்கம்மா ஒரு பெண்கள் கூட்டத்தில் படித்தது.

ஆறிலும் சாவு; நூறிலும் சாவு. ஆணுக்கு மட்டுமன்று. பெண்ணுக்கும் அப்படியே.

ஆதலால் உயிருள்ள வரை இன்பத்துடன் வாழ விரும்புதல் மனுஷ்ய ஜீவனுடைய கடமை.

இன்பத்துக்கு முதல் அவஸரம் விடுதலை. அடிமைகளுக்கு இன்பம் கிடையாது. தென் ஆபிரிகாவில் ஹிந்து தேசத்தார் படும் கஷ்டங்களைக் குறித்து 1896–ம் வருஷத்தில் கல்கத்தாவில் கூடிய பன்னிரண்டாம் ஜனஸபைக் (காங்க்ரஸ்) கூட்டத்தில் செய்யப்பட்ட தீர்மான மொன்றை ஆதரித்துப் பேசுகையில் வித்வான் ஸ்ரீ ஜி. பரமேசுவரன் பிள்ளை பின்வருமாறு கூறினர்:

> "மிகவும் உழைப்பாளிகளாகிய ஹிந்து தேசத்தார் அந்த நாட்டில் பரம்பரை முறியடிமைகளாக வாழும்படி நேர்ந்திருக்கிறது. அங்கு நம்மவர் உத்தரவுச் சீட்டில்லாமல் யாத்திரை செய்யக் கூடாது. இரவு வேளையில் வெளியே சஞ்சரிக்கக் கூடாது. நகரங்களுக்கு நடுவே குடியிருக்கக் கூடாது. ஒதுக்கமாக நமக்கென்று கட்டப்பட்டிருக்கும் சேரிகளில் வஸிக்க

* *சுதேசமித்திரன்:* 3–5–1918, ப. 6.

வேண்டும். ரயில் வண்டியில் மூன்றாவது வகுப்பிலேதான் ஏறலாம். முதலிரண்டு வகுப்புகளில் ஏறக் கூடாது. நம்மை ட்ராம் வண்டிகளிலிருந்து துரத்துகிறார்கள். ஒற்றையடிப் பாதைகளினின்றும் கீழே தள்ளுகிறார்கள். ஹோட்டல்களில் நுழையக் கூடாதென்றார்கள். பொது ரஸ்தாக்களில் நடக்கக் கூடாதென்று தடுக்கிறார்கள். நம்மைக் காறி உமிழ்கிறார்கள். நம்மைக் கண்டால் “ஹூஸ்” என்று சீத்காரம் பண்ணுகிறார்கள். நம்மை வைகிறார்கள்; சபிக்கிறார்கள். மனுஷ்ய ஜந்துக்களினால் ஸஹிக்க கூடாத இன்னும் எத்தனையோ அவமானங் களுக்கு நம்மை உட்படுத்துகிறார்கள். ஆதலால், நம்மவர் இந்த நாட்டிலேயே இருந்து பஞ்சத்திலும் கொள்ளை நோயிலும் அழிந்து விட்டாலும் பெரிதில்லை. நமது ஸ்வதந்தரங்களை வெளிநாடுகளில் அன்னியர் காலின்கீழே போட்டு மிதிக்காதபடி ராஜாங்கத்தாரால் நம்மைக் காப்பாற்ற முடியாவிட்டால் நம்மவர் வேற்று நாடுகளுக்குக் குடியேறிப் போகாமல் இங்கிருந்து மடிதலே நன்று”

என்றார்.

என்ன கொடுமையான நிலை பார்த்தீர்களா?

ஆனால், ஸஹோதரிகளே, தென் ஆபிரிகாவில் மாத்திரமே இவ்விதமான கொடுமைகள் நடக்கின்றன என்று நினைத்துவிடாதீர்!

ஸஹோதரிகளே – ‘இந்தத் தமிழ் நாட்டில் – ஔவையார் பிறந்து நீதி நூல்கள் சமைத்த நாட்டில், மதுரை மீனாக்ஷியும், அல்லி அரசாணியும், நேற்று மங்கம்மாளும் புகழ் ஓங்க அரசு புரிந்த தமிழ்நாட்டிலே பெண்களாகப் பிறந்த நம்முடைய நிலைமை தென் ஆபிரிகாவில் பாரத தேசத்துக் கூலியாட்களின் நிலைமையைக் காட்டிலும் கேடு கெட்டிருக்கிறதா? இல்லையா? உங்களுடைய அனுபவத்திலிருந்து நீங்களே யோசனை பண்ணிச் சொல்லுங்கள்.

நாமும் ஸ்வேச்சைப்படி வெளியே ஸஞ்சரிக்கக் கூடாது. நம்மைச் சேரிகளில் அடைக்காமல் சிறைகளில் அடைத்து வைக்க முயற்சி செய்கிறார்கள். ரயில் வண்டிகளில் நமக்கென்று ஒரு தனிப் பகுதி ஏற்பாடு செய்து வைத்திருக்கிறார்கள். நம்மைக் கண்டாலும் ஆண்மக்கள் நிஷ்காரணமாகச் சீறி விழுகிறார்கள்; காறி உமிழ்கிறார்கள்; வைகிறார்கள்; அடிக்கிறார்கள். நாம் நமதிஷ்டப்படி பிறருடன் பேசக் கூடாதென்று தடை செய்கிறார்கள். மிருகங்களை விற்பதுபோல் நம்மை விலைக்கு

விற்கிறார்கள். தம்முடைய நூல்களிலும் ஸம்பாஷணைகளிலும் ஓயாமல் நம்மைத் தூற்றிக் கொண்டிருக்கிறார்கள். வழக்கத்தால் நாம் இத்தனை பாடுபட்டும் ஒருவாறு ஜீவன் மிஞ்சி யிருக்கிறோமெனினும், இந்த நிலைமிக இழிவானதென்பதிலும், கூடிய சீக்கிரத்தில் மாற்றித் தீரவேண்டிய தென்பதிலும் ஸந்தேகமில்லை. இதற்கு மருந்தென்ன?

தென் ஆபிரிகாவில் ஹிந்து தேசத்துக் கூலியாட்களுக்கு ஸ்ரீமான் மோஹனதாஸ் கர்மசந்த்ர காந்தி எந்த வழி காட்டினாரோ, அதுவே நமக்கும் வழி. தென் ஆபிரிக்காவில் வெள்ளையரை ஹிந்துக்கள் ஆயுத பலத்தால் எதிர்க்கவில்லை. கைத்துப்பாக்கி, வெடிகுண்டு முதலியவற்றை உபயோகிக்க விரும்பின சில இளைஞரைக்கூட அது செய்யலாகாதென்று மஹாத்மா காந்தி தடுத்து விட்டார். அநியாயத்தை அநியாயத்தால் எதிர்த்தல் அவசியமில்லை. அதர்மத்தை அதர்மத்தாலேதான் கொல்ல வேண்டுமென்பது சரியன்று. "நாம் அநியாயத்தை நியாயத்தால் எதிர்ப்போம்; நாம் அதர்மத்தை தர்மத்தால் ஒழிப்போம்" என்று காந்தி சொன்னார்.

ஸஹோதரிகளே, நாம் "விடுதலை பெறுவதற்கும்" இதுவே உபாயம். நமக்கு அநீதி செய்யும் ஆண்மக்களுடனே நாம் அன்புத் தளைகளால் கட்டுண்டிருக்கிறோம். நமக்கு அவர்கள் அண்ணன் தம்பிகளாகவும், மாமன் மைத்துனராகவும், தந்தை பாட்டன்மாராகவும், கணவர், காதலராகவும் வாய்த்திருக்கின்றனர். இவர்களே நமக்குப் பகைவராகவும் மூண்டிருக்கையிலே, இவர்களை எதிர்த்துப் போர் செய்ய வேண்டுமென்பதை நினைக்கும்போது என்னுடைய மனம் குரு க்ஷேத்திரத்தில் போர் தொடங்கியபோது அர்ஜுனனுடைய மனம் திகைத்ததுபோலே திகைக்கிறது. ஆண் மக்களை நாம் ஆயுதங்களால் எதிர்த்தல் நினைக்கத்தகாத காரியம். அது பற்றியே, "ஸாத்வீக எதிர்ப்பி"னால் இவர்களுக்கு நல்ல புத்தி வரும்படி செய்ய வெண்டுமென்று நான் சொல்லுகிறேன்.

"அடிமைப்பட்டு வாழமாட்டோம்; ஸமத்வமாக நடத்தினாலன்றி உங்களுடன் சேர்ந்திருக்க விரும்போம்" என்று அவர்களிடம் வெளிப்படையாகவும் தெளிவாகவும் சொல்லிவிட்டு அதினின்றும் அவர்கள் கோபத்தால் நமக்கு விதிக்கக்கூடிய தண்டனைகளை யெல்லாம் தெய்வத்தை நம்பிப் பல்லைக் கடித்துக்கொண்டு பொறுப்பதே உபாயம்.

இந்த ஸாத்விக எதிர்ப்பு முறையை நாம் அனுஸரிக்கத் தொடங்க வேண்டுமாயின், அதற்கு இந்தக் காலமே ஸரியான காலம். இந்த வருஸமே நல்ல வருஷம். இந்த மாஸமே நல்ல மாஸம்.

இன்றே நல்ல நாள். இந்த முஹூர்த்தமே தகுந்த முஹூர்த்தம்.

ஸஹோதரிகளே! இப்போது பூமண்டல மெங்கும் விடுதலைப் பெருங் காற்று வீசுகிறது. கொடுங்கோல் அரசர்களுக்குள்ளே கொடியவனாய் ஹிரண்யனைப் போல ஐரோப்பாவின் கிழக்கே பெரும் பகுதியையும், ஆசியாவின் வடக்கே பெரும் பகுதியையும் ஆண்ட ஜார் சக்ரவர்த்தி இப்போது ஸைபீரியாவில் சிறைப்பட்டுக் கிடக்கிறான்.

ஒரு ஸ்த்ரீயானவள் இந்த ஸாத்விக எதிர்ப்பு முறையை அனுஸரிக்க விரும்பினால் தனது கணவனிடம் சொல்லத் தக்கது யாதெனில்:

"நான் எல்லா வகைகளிலும் உனக்கு ஸமமாக வாழ்வதில் உனக்கு ஸம்மதமுண்டானால் உன்னுடன் வாழ்வேன். இல்லாவிட்டால் உனக்கு இன்று ராத்திரி சமையல் செய்ய மாட்டேன். எனக்கு வேண்டியதைப் பண்ணித் தின்றுகொண்டு இங்கிருப்பேன். நீ அடித்து வெளியே தள்ளினால் ரஸ்தாவில் கிடந்து சாவேன். இந்த வீடு என்னுடையது. இதைவிட்டு வெளியேறவும் மாட்டேன்" என்று கண்டிப்பாகச் சொல்லிவிட வேண்டும். இங்ஙனம் கூறும் தீர்மான வார்த்தையை அவள் இந்திரிய இன்பங்களை விரும்பியேனும், நகை, துணி முதலிய வீண் டம்பங்களை இச்சித்தேனும், நிலையற்ற உயிர் வாழ்வைப் பெரிதாகப் பாராட்டியேனும் மாற்றக்கூடாது. சிறிது சிறிதாகப் படிப்படியாக நியாயத்தை ஏற்படுத்திக் கொள்ளுவோம் என்னும் கோழை நிதானக் கக்ஷியாரின் மூடத்தனத்தை நாம் கைக்கொள்ளக் கூடாது. நமக்கு நியாயம் வேண்டும். அதுவும் இந்த க்ஷணத்திலே வேண்டும்.

மேலே சொன்னபடி பரிபூர்ண ஸமத்துவம் இல்லாத இடத்தில் நாம் ஆண்மக்களுடன் வாழமாட்டோம் என்று சொல்லுவதனால் நமக்கு நம்முடைய புருஷராலும் புருஷ ஸமூஹத்தாராலும் நேரத்தக்க கொடுமைகள் எத்தனையோ யாயினும், எத்தன்மை யுடையன வாயினும் நாம் அஞ்சக் கூடாது. ஸஹோதரிகளே, ஆறிலும் சாவு; நூறிலும் சாவு. தர்மத்துக்காக இறப்போரும் இறக்கத்தான் செய்கிறார்கள். பிறரும் இறக்கத்தான் செய்கிறார்கள். ஆதலால், சஹோதரிகளே, பெண் விடுதலையின் பொருட்டாக தர்ம யுத்தம் தொடங்குங்கள். நாம் வெற்றி பெறுவோம். நமக்குப் பராசக்தி துணை புரிவாள். வந்தேமாதரம்.

~~

17

திருவிளக்கு

நிகழும் காளயுக்தி வருஷம் சித்திரை மாதம் 31ஆம் தேதி திங்கட்கிழமை யன்று மாலை புதுச்சேரியில் ஸ்ரீ சி. சுப்பிரமணிய பாரதி வீட்டில் திருவிளக்குப் பூஜை செய்யப்பட்டது. சுமார் ஏழெட்டு ஸ்திரீகள் கூடி விளக்குப் பூஜை முடித்துப் பாட்டுகள் பாடினர். அப்பால் ஸ்ரீ வ.வே. சுப்பிரமணிய அய்யரின் பத்தினியாகிய

ஸ்ரீமதி பாக்யலக்ஷ்மியம்மா

பின்வரும் உபந்யாஸம் புரிந்தனர்:

ஊக்கம்

சகோதரிகளே,

பெண் விடுதலை முயற்சிக்கு இந்த ஊர் ஸ்திரீகள் தகுந்தபடி உதவி செய்யவில்லை யென்று நாம் மன வருத்தப்பட்டு நம்முடைய நோக்கத்தைத் தளரவிடக் கூடாது. நாம் செய்யும் கார்யம் இந்த ஓரூர் ஸ்திரீகளுக்கு மாத்திரமே யன்று; பூமண்டலத்து ஸ்திரீகளுக்காக நாம் பாடுபடுகிறோம்.

உலக மெங்கும் விடுதலை யருவி நீர் காட்டாறுபோலே ஓடி அலறிக்கொண்டு வரும் ஸமயத்தில் நீங்கள் நாவு வறண்டு ஏன் தவிக்கிறீர்கள்?

---

* *சுதேசமித்திரன்:* 16–5–1918, ப. 6.

ஸகோதரிகளே, தயங்காதீர்கள், மலைக்காதீர்கள். திரும்பிப் பாராமல் நாம் செய்யவேண்டிய எந்தக் கார்யத்தையும் நிறைவேற்றும் வரை – நம்முடைய லக்ஷ்யத்தை அடையும் வரை – முன் வைத்த காலைப் பின் வைக்காமல் நடந்து செல்லுங்கள்.

பேடிகளாக இருந்தால் திரும்புங்கள்.

நாம் கொண்ட கார்யமோ பெரிது. இதற்குப் பெரிய இடையூறுகள் நிச்சயமாக நேரிடும். ஆனால், நீங்கள் பயப்படக் கூடாது.

"பயமே பாபமாகும்" என்று விவேகாநந்தர் சொல்லியதை மறவாதீர்கள். நந்தனார் விடுதலைக்குப் பட்ட சிரமங்களை நினைத்துப் பாருங்கள்.

உங்களில் ஒவ்வொருவருடைய் கொள்கைகளையும் இன்று வாய்விட்டு விஸ்தாரமாகச் சொல்லிவிடுங்கள். மனதிலுள்ள பயம், வெட்கம் என்ற பேய்களை தைர்யம் என்ற வாளால் வெட்டி வீழ்த்திவிட்டு, பாரத ஸஹோதரிகளும் பாரதமாதாவும் தெளிவிக்க வேண்டுமென்பதே என்னுடைய ப்ரார்த்தனை. ஓம். வந்தே மாதரம்.

ஸ்ரீ ரங்கப் பாப்பா

பிறகு ஸ்ரீமான் மண்டயம் ஸ்ரீநிவாஸாசார்யர் குழந்தை ரங்கா பின்வரும் உபந்யாஸத்தைப் படித்தது:

அநாகரிக ஜாதியார்

இந்தியாவில் முன்பு ஆரியர் குடியேறு முன்னே இருந்த பூர்வீக ஜனங்கள் கருநிறமாகவும், சப்பை மூக்காகவும் இருந்தார்கள்; நாகரிக மற்ற பேதை ஜனங்கள். அவர்களுடைய ஸந்ததியார் இப்போது சில குன்றுகளின் மீதும் சில கனிகளினிடையிலும் வஸிக்கின்றனர். இந்த வகுப்பைச் சேர்ந்த ஜுலாஸ் குலக் என்ற ஜாதி ஒன்று இப்போது ஒரிஸ்ஸா தேசத்தில் இருக்கிறது. துரைத்தனத்தார் அந்த ஜாதிக்கு இனாமாகத் துணி கொடுத்துக் கட்டிக்கொள்ளும்படி செய்து, துணி கட்டிக் கொள்வோருக்கு வெகுமதி கொடுத்துத் துணி கட்டும் நாகரிகத்தைக் கொஞ்சம் கொஞ்சமாக ஏற்படுத்திக்கொண்டு வருகிறார்கள். இதுவரை அந்த ஜாதியார் இலைகளை உடைபோல் உடுப்பது வழக்கம்.

இந்த அநாகரிக ஜாதியிலுள்ள மனுஷ்யர்கூடப் பெண்களை மிருகங்கள் மாதிரியாகவே நடத்துகின்றனர். ஆதலால், நம்முடைய ஆண் மக்கள் நம்மைக் கீழாக நடத்துவது தங்களுடைய உயர்ந்த அறிவுக்கு லக்ஷணமென்று நினைத்தல் சரியில்லை. நம்மைக் காட்டிலும் ஆண்கள் சரீர பலத்தில் அதிகம். அதனால் நம்மை இஷ்டப்படி ஸஞ்சரிக்க வொட்டாமலும், பள்ளிக்கூடம் போய் படிக்க வொட்டாமலும் தடுக்க முடிந்தது. இதனால் அவர்கள் நம்மைவிட மேலென்றும் நினைத்துக்கொள்ளுதல் தவறு. படிப்பு, கோயில், அரசு, நாடு எல்லாம் ஆண்களை வசப்படுத்தி நாசப்படுத்தும் பொருட்டாக ஸ்திரீகள் உண்டாக்கிய தந்திரங்கள். இதுவரை ஸ்திரீகள் ஆண் மக்களை வசப்படுத்தும் பொருட்டுத் தாங்கள் தாழ்வுபோலே நடித்து வந்தனர். இப்போது நம் ஆண் மக்களிடம் உண்மையைக் கூறும்படி எத்தனை நாகரிகமடைந்து விட்டார்கள். ஆதலால், நாம் இப்போது அவர்களிடம் உண்மை சொல்லத் தலைப்பட்டோம். நமக்கு விடுதலை அவர்கள் தர வேண்டியதில்லை யென்றும், நாமே ஏற்படுத்திக் கொள்ளப் போகிறோ மென்றும் அறிக்கை செய்து கொள்ளுகிறோம்.

ஸ்ரீ ஆண்டாள்.

அப்பால் மண்டயம் ஸ்ரீ ஸ்ரீநிவாஸாசார்யர் பெண் ஸ்ரீ ஆண்டாள் பின்வரும் உபந்யாஸத்தைப் படித்தாள்:

ராமாயண காலத்தில் ஸ்த்ரீகள்

நம் தேசத்தில் ராமாயண காலத்தில் ஸ்த்ரீகள் இருந்த நிலைமையை எனக்குத் தெரிந்தவரை சொல்லுகிறேன். அக் காலத்தில் ஸ்த்ரீகள் ஸ்வதந்தரம் பெற்றிருந்ததாகவே தெரிகிறது. அதற்கு என்னாலான உதாரணங்கள் சில காட்டுகிறேன்.

தசரத சக்ரவர்த்தி சம்பராஸுரனைக் கொல்லும் பொருட்டு தேவர்களுக்கு வுதவியாகச் சென்றான். அப்போது அவனுடன் கைகேசி ஸாரதியாகப் போனாளென்று சொல்லப்படுகிறது. இதனால் அக் காலத்தில் ஆண்மக்கள் செய்யும் தேரோட்டுதல் முதலிய தொழில்களை அவள் நன்றாகச் சிறுபிராயத்திலேயே பயின்று வந்தாளென்பது விளங்கவில்லையா?

ஸ்ரீராமர் காட்டுக்குப் போனபோது மனைவியை நோக்கி, "ஸீதே! நான் வனத்துக்குப் போகிறேன். நீ பட்டணத்தில் இரு" என்றதற்கு மறுமொழியாக அவள் ரோஷத்துடன், "உன்னைப் புருஷ வேஷம் பூண்ட பேடி என்று என் பிதா அறியாதது பற்றி வருத்தப்படுகிறேன். நான் உன்னைப் பிரிந்து வாழ மாட்டேன். நீ காட்டுக்குப் போனால் எனக்கும் காடே இன்பம்" என்றாள். ராமர் மறுத்தாரா? இக் காலத்துப் புருஷரைப் போல் பயமுறுத்தினாரா? வைதாரா? இல்லை. ஸீதையின் அன்பைக் கருதி வியந்தார்.

முன் காலத்தில் பன்னிரண்டு வயதில் கல்யாணம் நடந்ததாக ராமாயணத்தில் எங்கேனும் கண்டதுண்டா? பதினாறு, பதினேழு வயதில் ஸ்த்ரீகள் ஸ்வயம்வரம் நாட்டித் தனக்கு இஷ்டமான கணவரை வரித்து வந்தனர்.

இக் காலத்தில் நமது ஸ்வதந்த்ரங்க ளெல்லாம் போய்விட்டன. இதை நாம் ஏன் பொறுக்கவேண்டும்? இதுவரை பொறுத்தது போதும். இனிமேல் பொறுக்க மாட்டோம்.

ஸகோதரிகளே, நாம் எல்லோரும் வயது வந்த பிறகு நமக்கிஷ்டமான புருஷரைக் கணவராக வரித்துக் கொண்டு வாழலாம். பன்னிரண்டு வயதில் கல்யாணம் செய்யும் வழக்கத்தை நாம் முதலாவது தொலைத்து விடுதல் அவசியம். இங்ஙனம் நமது மாதாஅருளுக. ஓம் வந்தேமாதரம்.

ஸ்ரீ யதுகிரி யம்மா

அப்பால் மேற்படியார் குமாரி ஸ்ரீ யதுகிரி யம்மா பின்வரும் உபந்யாஸஞ் செய்தனர்:

பெண்களின் முன்னேற்றம்

பெண்களின் முன்னேற்றத்துக்காக உழைப்பவர் யார்? இப்போது ஒருவருமில்லை.

பெண்களின் முன்னேற்றம் என்றால் என்ன? பெண்கள் ஒருவருக்கு அடிமைப்பட்டிருக்கும் வழக்கத்தை ஒழிப்பதேயாம். அதற்காக யார் அதிகத் தீவிரமாகவும் ஊக்கத்துடனும் உழைக்க வேண்டும்? பெண்கள்.

பெண்களுக்கும் அறிவுண்டு. மனிதர் வேண்டும் ஸ்வதந்திரத்தில் பெண்களுக்கும் பாகமுண்டு.

நாம் எவ்வளவு காலமாக இப்படி அடிமைப்பட்டு வாழ்கிறோ மென்பதை அறிய முடியவில்லை. இதிஹாஸ காலங்களில் இப்போதைக் காட்டிலும் அதிக விடுதலை பெண்களுக் கிருந்ததாகத் தெரிகிறது. ராமாயண காலத்தைக்காட்டிலும் மஹாபாரத காலத்தில் பெண்களுக்கு அதிக விடுதலை இருந்ததாகத் தெரிகிறது. மத்ய காலத்தில் யாரோ சிலர் நம்மை அடிமைகளாக்கிவிட்டனர். நாமும் ஏதோ காரணத்தால் அதற்கு உடம்பட்டு விட்டோம். அப்பால் அதுவே நமக்குப் பெரிய சட்டமாய் விட்டது. நடந்த விஷயங்களைக் குறித்துப் பேசுவதில் பயனில்லை. இனியேனும் நாம் முன்னேற வழிதேட வேண்டும்.

நம்முடைய முன்னேற்றத்துக்கு ஆண் பிள்ளைகள் முயற்சி செய்ய மாட்டார்கள். ஏனென்றால், இப்போதிருக்கும் சட்டம் அவர்களுக்கு மிக அனுகூலமாக இருக்கிறது. எனவே, அவர்கள் நமக்குத் தடைசெய்யாம லிருந்தால் அதுவே போதும். நாம் ஆண்மக்களை வீணாக தூஷணை செய்வதில் பயனில்லை. நம்முடைய கார்யத்தை நாமே செய்ய வேண்டும். நமது முன்னேற்றத்தால் தேசம் முன்னேற்றம் பெறும். முப்பத்தோரு கோடி ஜனங்களில் பதினேழு கோடி மற்றப் பதினான்கு கோடிக்கு முறியடிமையாக வாழ்ந்தால் அந்த நாடு எப்படி முன்னுக்கு வரும்?

ஸ்திரீகளுக்கு ஸ்வதந்திரம் கொடுத்தால் கெட்டுப் போவார்களா? விடுதலை கொடுத்தால் ஸ்த்ரீகள் மானத்தை இழந்து விடுவார்களென்று சிலர் சொல்லுகிறார்கள். ஆஹா! இவர்களுடைய புத்தியை என்னென்று சொல்லுவோம்? முற்காலத்து ஸ்த்ரீகள் கணவன் மீதுள்ள அன்பினால் அவனுடன் உடன்கட்டை யேறவில்லையா? இந்தக் காலத்தைக் காட்டிலும், அந்தக் காலத்து ஸ்த்ரீகள் அதிக உத்தமிகளாகவே இருந்தனர். ஆண்கள் அடிமைப்படுத்தத் தொடங்கியதினின்றும், பெண்களின் அன்பு குறையத் தொடங்கிற்று. இது யாருடைய குற்றம்? ஆண் மக்களுடைய குற்றம். அதனாலேதான் இப்போது இந்தியரிடம் ரோஷம், தைர்யம், பலம், உறுதி முதலிய குணங்களில்லை. எப்போது பலமில்லையோ அப்போது மரணம் உடன்பிறந்தது என்பதில் ஸந்தேகமில்லை. கெட்ட யோசனை, கெட்ட

நடை, கெட்ட ஸஹவாஸம் – இவற்றால் நமது தேசத்து ஜனங்கள் நீண்ட ஆயுளில்லாமல் சிறுபிராயத்திலேயே செத்துப் போகிறார்கள். இப்படிப்பட்டவர்களின் குழந்தைகளுடைய நிலைமை நாம் சொல்லாமலே விளங்கும். இந்திய புருஷர்கள் பிறருக்குக் கீழ்ப்பட்டதன் காரணம் இவர்களுடைய அடிமைக் குணம். இந்தப் புருஷர்களுக்குக் கீழே நாம் அடிமைப் பட்டிருக்கிறோம். அடிமைகளுக்குங் கீழடிமைகள்! இரட்டிப்படிமைகள்! அடிமையை அடிமையால் பெருக்கின அடிமைச் சதுரங்கள்! பாரதத்தில் துரோபதி “அடிமைக்கேது மனைவி?” என்று கேட்டாள். நாம் வாயிருந்தும் ஊமைகளாய் நமது புருஷரிடம் இந்தக் கேள்வி கேட்க மாட்டாதவர்களாக இருக்கிறோம்.

ஒரு புருஷனை அவனுடைய யஜமானன் கோபித்துக் கொண்டால், அவன் வீட்டுக்கு வந்து தனக்கு யஜமானன் மீதுள்ள கோபத்தைத் தன் மனைவிமீது காட்டுகிறான். ஏன்? கோபத்தைச் சரியான இடத்தில் உபயோகிக்க வலிமையற்ற புருஷனுக்குக்கொரு மனைவி எதற்கு? அட அனியாயமே! யஜமானன் உன்னைக் கோபித்தால் உன் மனைவி என்ன செய்வாள்? இதைக் கேட்கவேனும் அவளுக்குத் தைர்யமுண்டா? இல்லை. அவள் தெய்வத்தையும் தாய் தந்தையரையும் நொந்து கொள்ளுகிறாள். வேறென்ன செய்ய முடியும்...

ஸ்ரீ மகாத்மா காந்தியின் வசனம்

பம்பாயில் பகிநீ ஸமாஜத்தின் வருஷாந்தக் கொண்டாட்டத்தின்போது மஹாத்மா காந்தி: “பெண்களின் முன்னேற்றமே இந்தியாவின் முன்னேற்றம். பெண்கள் முன்னேறாவிட்டால் இந்தியாவுக்கு விடுதலை இல்லை” என்றும், “பெண்களின் முன்னேற்றத்துக்காகப் பெண்களே பாடுபட வேண்டும். ஆண் மக்களை எதிர்பார்த்தல் பயனற்றது” என்றும் சொல்லினர்.

ஆதலால், ஸஹோதரிகளே! நம் பொருட்டு நாமே பாடுபட வேண்டும். ஆணும் பெண்ணும் ஸமமாகும்படி நாம் நெடுங்காலம் உழைத்தல் அவசியமில்லை. மிகவும் விரைவில் நமது நோக்கம் கைகூடிவிடும். சில நாள் கழிந்தால் புருஷர்: “அடா! நாம் தயவு செய்யாமல் இப் பெண்கள் தாமாகவே பிழைத்து விட்டார்கள்.

பார்த்தாயா?" என்று கூறி ஆச்சர்யப்பட்டு நமக்கு உதவி செய்ய முற்படுவார்கள். அதன் பிறகு நாம் ஆணும் பெண்ணும் ஒருமனதாகி ஸ்வராஜ்யக் கொடியை நாட்டலாம். ஆதலால், ஸஹோதரிகளே! தெய்வத்தை நம்பி முயற்சி செய்யுங்கள். பெண் வடிவமான பாரதமாதா நமக்கு அருள் புரிவாள்.

ஓம் வந்தேமாதரம்.

~~

18
கால நிலை
~~
ஒரு விநோதம்

சேலத்து வக்கீல் கனம் நரசிம்மையர் கிராம ஜனங்களுக்கு ராஜரீக ஞானம் புகட்டப் புறப்பட்டிருப்பது தமிழ் நாட்டுக்கு மிகவும் க்ஷேமமாக முடியுமென்பதில் ஐயமில்லை. இதுவே இத்தருணத்தில் இத் தமிழ்நாட்டில் ஒவ்வொரு ஆண் மகனும் புரியத்தக்க செயல். இப்போது பயப்படுதல் பேடித்தன்மையிலும் வடிகட்டின பேடித்தன்மை.

ஸ்ரீரங்கப்பட்டணம் கொள்ளை போனபோது ஒரு லோபி தன்னுடைய தோற் செருப்பைக் காணவில்லை யென்று 'கோ, கோ' வென்று கத்தினானாம். பூமண்டல முழுதிலும் ராஜரீக பூகம்பம் ஏற்பட்டு நாளுக்கு நாள் வலியதாய் சடேர், சடேர் என்று அண்டச் சுவர்களை உடைக்கத் தக்க ஒலி கேட்கிறது. இந்த சமயத்தில் ஸர்க்கார் அதிகாரிகளின் தயவைக் கடவுளுடைய தயவென்று பொய் மயக்கங்கொண்டு, நம்மவர்களில் சிலர் உள்நாட்டுக் கக்ஷி பேதங்களில் புத்தியைச் செலுத்திக் கொண்டு வருகிறார்கள்.

இஃதொரு விநோத மன்றோ?

---
* *சுதேசமித்திரன்:* 4-7-1918, ப. 2.

வீண் நம்பிக்கை

மிஸ்டர் மாண்டேகு வந்தால் சீர்திருத்தங்களை இந்தியாவின் தலைமேல் ஸப்த மேகங்களைப் போலப் பொழிந்து விடுவாரென்ற பொய் மயக்கத்தை இந்தியா தேசத்தார் தமக்குத் தாமே ஏற்படுத்திக் கொண்டனர். கடைசியாக லோகமான்ய நீதி மணி அய்யரை வாயினால் திட்டி, மற்றப்படி சிறை முதலிய தண்டனைகளுக்குட்படுத்தாமல் விட்டதே மந்திரி மாண்டேகுவினால் இந்தியாவுக்கு விளையக்கூடிய பயனாக முடிந்து விடக்கூடுமென்று தோன்றுகிறது. ஐயர்லாந்துக்கு ஸ்வயராஜ்யம் கொடுப்பதாக மீட்டு மீட்டும் சொல்லிய வாக்கை பங்கம் செய்துவிட்ட யுத்த மந்திரி ஸபையார் இந்தியாவுக்கு ஸ்வராஜ்யம் கொடுக்க இணங்கினாலும் மிஸ்டர் மாண்டேகு அங்ஙனம் கொடுக்கும்படி சிபாரிசு செய்யக் கூடியவராகத் தோன்றவில்லை.

இந்த யுத்தத்தில் நாம் இங்கிலாந்துக்குச் செய்துவரும் உபகாரங்கள் கணக்கிடத் தகுமோ? அவை "எண்ணத் தொலையாவாம்."

நம்மவர்கள் கணக்குத் தெரியாதபடி இதுவரை இப்போரில் மடிந்து போய்விட்டார்கள். இப்போது மடிந்து கொண்டிருப்போர், இன்னும் மடியப் போவோர்களின் தொகையும் நம்மால் ஸங்கியைப் படுத்த முடியாது. கோடானு கோடியான திரவியம் கொடுத்து வருகிறோம். இன்னும் எத்தனை காலம் கொடுக்கும்படி நேருமோ? ஈசனுக்குத்தான் தெரியும். இப்படி யெல்லாம் உதவி செய்துவரும் நமக்குக் கைம்மாறாக ஸ்வராஜ்யம் கொடுக்கும்படி இங்கிலாந்துக்கு சிபார்சு செய்ய வேண்டுமென்றும், அங்ஙனம் சிபார்சு செய்து நமக்கு ஸ்வராஜ்யம் கிடைக்குமானால், அதினின்றும் இன்னும் அதிக உதவி செய்ய இடமுண்டாகுமென்றும் மணி அய்யர் அமெரிக்க ஜனாதிபதி வில்ஸனுக்குக் கடிதம் எழுதியதிலே மந்திரி மாண்டேகு என்ன பிழை கண்டுபிடித்தாரென்பது என் புத்திக்குத் தெளிவாகப் புலப்படவில்லை.

பூமண்டலத்திலுள்ள எல்லா ஜாதியார்களுக்கும் விடுதலை ஏற்படுத்திக் கொடுக்கவேண்டு மென்பதே இந்த யுத்தத்தின் நோக்கமென்று நமது முதல் மந்திரி லாய்ட் ஜ்யார்ஜ் திரும்பத் திரும்பத் திரும்பத் திரும்பச் சொல்லிக்கொண்டு வருவதற்கு ஜனாதிபதி வில்ஸனும் அடிக்கடி ஒத்தூதிக்கொண்டு வருவதை உண்மையென்று நம்பித்தானே மணி அய்யர் வேலை செய்தார்.

இவ் விஷயத்தில் மந்திரி மாண்டேகுவுக்கு இத்தனை கோப முண்டாவதை நினைக்கும்போது நமக்கு நகைப்புண்டாகிறது.

தமிழ் நாட்டுத் தலைவர்களின் தொழில்

சேலம் நரசிம்மையர் இங்கிலாந்துக்குப் போகாமலும் ஜெர்மன் ஸப்மரின்களின் செய்கையால் பாதாளம் போகாமலும் ஸௌக்யமாக நமது தேசத்துக்கு மீண்டு வந்தது திருவருளின் செய்கையே யாம். அதனால் அவர் தமது முயற்சியை இங்கிலாந்திலே கொண்டுபோய் விழலாக்காமல் யோக்யமான முறைப்படி தமிழ்நாட்டு ஜனங்களிடம் தமிழில் உண்மைகளைச் சொல்லி நாட்டைத் திருத்தும் முயற்சியில் செலவிட இடமுண்டாயிற்று. சேலம் மண்ணே தேச பக்திக்கு நல்ல உரம்போலே தோன்றுகிறது. மற்ற எல்லா ஜனத் தலைவர்களும் தத்தம்மால் இயன்றவரை இந்த மஹத்தான கைங்கர்யத்தைச் செய்ய உடனே தொடங்க வேண்டுமென்பதுதான் தமிழ்நாட்டு மஹாஜனங்களின் விருப்பம்.

இப்போது ஸ்வராஜ்யம் கொடுக்க இணங்காவிட்டால் பொறுமை யெதிர்ப்பு வழியை அனுஸரிக்க வேண்டுமென்பதே மஹாஜனங்களின் விருப்பம். இதைத் தூண்டிவிடுதலே ஜனத் தலைவர்களின் கடமை. ஜன ப்ரதிநிதி யாட்சி ஸ்வதந்த்ரம் கொடுக்காவிட்டால் ஜனங்கள் தீர்வை கொடுப்பதை நிறுத்திவிடலாமென்ற ஆங்கிலேய ராஜ்ய சாஸ்த்ரக் கொள்கையை இந் நாட்டு ஜனங்கள் அனுஸரிக்கத் தொடங்கினால், அதற்கு ஆங்கிலேயரில் அற்பர்கள் மாத்திரமே எதிர் கூறுவார்கள். மற்றவர்கள் சொல்ல மாட்டார்கள். கெய்ரா ஜில்லா ஜனங்கள் தீர்வை கொடுப்பதை நிறுத்தினபடியால் நியாயம் கிடைத்தது. காந்தியை அதிகாரிகள் அதிகமாக நம்பி சைன்யத்துக்கு ஆள் சேர்க்க இடங்கொடுத்திருக்கிறார்கள்.

சேலம் நரசிம்மையர் தமிழ்நாடு முழுமையிலும் ஒரு பெரிய சுற்று சுற்றித் தமிழ்ப் பிரசங்கங்கள் செய்வாரென்றும்; அவரைப்போல் வேறு பலரும் இத் துறையில் இறங்கி உழைப்பார்க ளென்றும், அதனால் தமிழ் நாட்டுக்குச் சிறந்த நன்மைகளும் பாரத நாட்டுக்கு விடுதலையும் கைகூடுமென்றும் நம்புவதுடன் அங்ஙனம் ஆக்கித் தரும்படி அகில லோகங்களையும் அசைக்கிற மஹாசக்தியை வேண்டுகிறேன்.

~~

19
இஸ்லாம் மதத்தின் மகிமை

ஹாஜி ஸாஹப்! ஸபையோர்களே!

இன்றைய உபந்யாஸத்துக்கு "இஸ்லாம் மார்க்கத்தின் மஹிமை" என்று மகுடஞ் சூட்டியிருப்பது அத்தனை பொருத்த முடையதன்று. வெறுமே "இஸ்லாமின் மஹிமை" என்று பெயர்சொல்வதே பொருந்தும். ஏனென்றால், இஸ்லாம் என்பது ஒரு தனி வகுப்பினருக்குரிய கொள்கை அல்லது மதத்தைக் குறிப்பிடுவதன்று. "இஸ்லாம்" என்ற அராபிய மொழிக்கு "பக்தி" என்பது பொருள். ஆதலால், இஸ்லாம் உலக முழுமைக்கும் பொதுவானது. இஃதொரு ப்ரத்யேகமான மார்க்கத்தை மட்டுங் குறிப்பதன்று. முக்திக்கு எல்லா மதங்களும் பக்தியை வழியாகக் காட்டுகின்றன. எனிலும், வேறு சில மதங்கள் ஞானத்தையும், சில மதங்கள் வைராக்யத்தையும், சில கிரியைகளையும், சில தவத்தையும், சில வேள்விகளையும் அங்கங்கே பக்திக்கு நிகரான உபாயங்களாகவும், சில இடங்களில் பக்தியைக் காட்டிலும் சிறந்த உபாயங்களாகவும் கருதுகின்றன. பவுத்த மதம் ஜீவ காருண்யத்தை அழுத்திச் சொல்லுகிறது. வேதாந்தம் ஞானத்தைப் பெரிதாகக் காட்டுகிறது. கிறிஸ்து மதம் அன்பை முக்யமாகச் சொல்லுகிறது. பக்திக் கொள்கை எல்லா மதங்களுக்கும் பொதுவாயினும், வேறு தர்மங்களையும் தனித் தனியே பரம ஸாதனங்களாகக் காட்டும் மதங்கள் பல. வைஷ்ணவம், இஸ்லாம்

---
* சுதேசமித்திரன் 18-03-1920, பக். 7, 8.

தொகுப்பும் பதிப்பும்: ய. மணிகண்டன்

முதலிய சில ஸமயங்கள் மாத்திரமே மற்றெல்லா உபாயங்களைக் காட்டிலும் முக்தி பெறுவதற்குச் சிறந்த உபாயம் தெய்வ பக்தியே யென்றுணர்த்தும் இயல்புடையன. இவற்றுள் இஸ்லாம் ஒன்றுதான் சுத்தமான பக்தி என்னும் பெயரையே கொண்டு நிலவுகின்றது.

இந்த இஸ்லாமின் பெருமையைப் பற்றிப் பேசப்படுவதன் முன்னே இதைப் பூமண்டலத்தில் ஸ்தாபனஞ் செய்த பரமாசார்யராகிய முஹம்மது நபியின் சரித்திரத்தை மிகவும் சுருக்கமாக எடுத்துச் சொல்லுகிறேன். அரபி தேசத்தின் முக்ய நகரமாகிய மக்க நகரத்தில், கி.பி. 570–ம் வருஷத்தில் ரபீயுல் அவுல் மாஸத்தில் 12–ந் தேதி திங்கட்கிழமை இரவில் மண்டலத்து பக்தர்கள் அனைவரிலுஞ் சிறந்தவராகிய முஹம்மது நபி பிறந்தார். பூமண்டலத்து பக்தர்களிலே முஹம்மது சிறந்தவரென்று நான் எங்ஙனம் கூறத் துணிந்தேன் எனில், என்னுடைய சொந்த அபிப்பிராயத்தை நான் சொல்லவில்லை. அந்தந்த ஆசார்யர் தத்தம் இயல்பைக் கூறியபடியே நானும் நம்புகிறேன். வெவ்வேறு மதங்களின் ஸ்தாபகர்களைக் கவனிக்குமிடத்தே புத்தர், தமது பெயரின் குறிப்பின்படி, தம்மை உலகத்துக்குள் மிக உயர்ந்த ஞானியாக வெளிப்படுத்திக் கொண்டார். ஸர்வ ஸமய ஸமரஸவாதியும், எல்லா மதங்களிலும் நம்பிக்கையுடையவனுமாகிய நான் புத்தரை அவர் கூறியபடியே ஞானிகளிற் சிறந்தவராகக் கருதுகின்றேன். யேசுகிறிஸ்து தாம் கடவுளுடைய குமாரனென்று கூறினார். ஸ்ரீ கிருஷ்ணன் தாமே கடவுளின் அவதாரமென்று சொன்னார். வேறு எத்தனையோ ஞானிகளும், பக்தர்களும் தம்மை ஸாதாரண ஞானிகளாகவும், பக்தர்களாகவுமே வெளிப்படுத்திக் கொண்டனர். முஹம்மது நபி யொருவரே தாம் பக்தர்களுக்குள்ளே மேம்பட்டவரென்றும், பக்தியின் மூலமாக உலகத்தாரை அல்லாவின் திருவடிக் கமலங்களிலே சேர்க்கும் பொருட்டுத் தம்மை அல்லா வழிகாட்டியாக நி[ய]மித்திருக்கிறாரென்றும் சொன்னார். அதே மதிப்புத்தான் நானும் போடுகிறேன். முஹம்மது நபியின் தந்தைக்குப் பெயர் அப்துல்லா; அவருடைய மாதாவின் பெயர் அமீநா. இவர்கள் குரேஷி என்ற ஜாதியைச் சேர்ந்தவர்கள். இந்த ஜாதியார் விக்ரஹாராதனத்தில் ஈடுபட்டிருந்தனர். இவர்களிலே முகம்மது நபியின் குலத்தார் மகமதுக்குத் தலைமைப் பூஜாரிகளும் குருக்களுமாக விளங்கினர். முகம்மது தாயின் கர்ப்பத்திலிறங்கி ஆறு மாஸத்துக் கருவாக இருந்த காலத்திலேயே இவருடைய பிதாவாகிய அப்துல்லா இறந்துபோய்விட்டார். எனவே, நமது நபி சிறிது காலம் தம்முடைய பாட்டனாருடைய போஷிப்பிலிருந்தார். பிறகு பெரிய தகப்பனாராகிய

அபூகாலிபால் வளர்க்கப்பட்டார். இளம் பிராயத்திலேயே இவருக்கு வியாபாரத் துறையில் மிகுந்த ருசி ஏற்பட்டது. அரபியா முழுதும் பாலைவனங்கள் நிறைந்த தேசம் ஆதலால், வியாபார யாத்திரைக ளெல்லாம் பாலைவனங்களிலேயே செய்ய வேண்டும். ஸமீபமான இடங்களுக்குத் தனியே ஒட்டகையின் மீதேறிப் போய் வரலாம். தூரமான பிரதேசங்களுக்குப் பெரிய பெரிய வியாபாரக் கூட்டத்தார் சேர்ந்து போவார்கள். ஒட்டகைகளின் மீது ஸாமான்களை யேற்றிக்கொண்டு வியாபாரிகள் தாமும் அவற்றின் மீதேறிக் கொண்டு போவார்கள்.

அவற்றின் பெயரை உச்சரித்த நாவிலும் ஈரப்பசை யில்லாமல் வறண்டு போகும்படி அத்தனை உஷ்ணமான கொடிய பாலைவனங்களில் நாட்கணக்காகவும், மாஸக் கணக்காகவும் யாத்திரை செய்ய நேரும். இடையிடையே சில திட்டுக்கள், சில திடர்கள் இருக்கும். அவற்றில் ஓரிரண்டு நீர்ச்சுனைகளும், ஈச்ச மரங்களும் இருக்கும். இந்த வியாபாரிகள் அப்படிப்பட்ட திட்டுக்கள் கிடைத்தால் அவற்றி லிறங்கிப் பேரீச்சம் பழத்தை யதேஷ்டமாக உண்டு, பின்னும் யாத்திரைக்கு அவசியமான பழங்களும் ஜலமும் சேகரித்துக் கொண்டு அப்பாற் செல்வார்கள். வாரக் கணக்காகவும், மாஸக் கணக்காகவும் திட்டுக்களே அகப்படாமல் ஒரே கொடும் பாலையாய் நீண்டு செல்லும் வழிகளிலே, இவர்கள் ஒட்டகைகளைக் கொன்று, அவற்றின் சதையைத் தின்பார்கள். அவை தம் வயிற்றுக்குள் நிரப்பி வைத்திருக்கும் நீர்ப்பைகளைக் கிழித்து, அவற்றிலிருந்து ஏராளமாகக் கிடைக்கும் சுத்த ஜலத்தைக் குடிப்பார்கள். இப்படிப்பட்ட பயங்கரமான யாத்திரைகளிலே அடிக்கடி முகம்மது நபி சென்று மிகுந்த கீர்த்தியும், லாபமும் எய்தினார். இவர் மிகவும் ஸுந்தரமான புருஷர். பண விஷயங்களில் பரம நாணயஸ்தர். வியாபாரத்திலே மஹா நிபுணர்.

இத்தனை நல்ல அம்சங்கள் கலந்து வாய்க்கப்பெற்ற இந்த இளைஞரைத் தம்மிடம் கார்யஸ்தராகக் கொண்டால் தமக்கு நல்ல லாபம் கிடைக்குமென்று கருதி, அந்த நகரத்தில் பெரிய சீமாட்டியாக விளங்கிய கதீஜா பீவி என்பவர் இவரைத் தம்முடைய குமாஸ்தாவாக வைத்துக் கொண்டார். அவருக்காக இவர் பாலைவனங்களைக் கடந்து வியாபாரங்கள் செய்தார். அந்த ஸமயங்களில் இவர் வெளிநாடுகளிலே பல பௌத்த ஸந்யாஸிகளையும், கிறிஸ்த[வ] மதஸ்தரையும், யூத வித்வான்களையும் கண்டு அவ்வவர் மதக் கொள்கைகளை ஆராய்ந்துணர்ந்தார். எங்கும் நிறைந்து, எல்லாம் தானாய், எப்போதும் இருப்பவனாய் எல்லாத் தொழில்களும் தானே செய்யும் அல்லா ஒருவன் இருக்கிறானென்று நிச்சயித்தார்.

தம்முடைய மூதாதைகளின் விக்ரஹாராதனக் கொள்கைகளிலே நம்பிக்கை யிழந்து விட்டார்.

மேலும், இவர் தனியாக நள்ளிரவு நேரங்களில், நிலா வேளைகளிலே, ஒட்டகையின் மீதேறிக் கண்ணெட்டுமளவும், மேகமற்ற வானமும், தீப்பொழியும் நிலாவும், வயிரப் பொடிகள் போலே சுடரும் ஒரே பெரிய மைதானமாகிய மணற்பரப்பு மன்றி வேறெவ்வித வடிவமும் தோன்றாமல் தம்முடைய ஒட்டகையின் காலடி ஓசையைத் தவிர வேறெவ்வித ஓசையுங் கேட்காமல், செல்லும் சமயங்களிலே கடவுள் இவருக்குப் பல முறை தரிசன மருளினார்.

இதனிடைத்தே, இவர் வியாபாரத் தொழிலிலும் மஹா ஸமர்த்தராக விளங்கினார். இவருடைய குணாதிசயங்களைக் கண்டு வியப்பெய்திய இவருடைய யஜமானியாகிய ஸ்ரீமதி கதீஜா பீவி இவரைத் தனக்கு நாயகனாகும்படி வரித்தாள். அவளுடைய மேன்மையான குணங்களையும், அற்புதமான அழகையும், நிகரற்ற தெய்வ பக்தியையும் கண்டு மன மகிழ்ந்து முஹம்மது நபி அலைகிலஸல்லம் அவர்களும் அந்த மாதை மணம் புரிய உடம்பட்டார். இந்த மஹா புண்யமயமான திருமணம் நடக்கையிலே நபி யாண்டவருக்கு வயது இருபத்தைந்து. கதீஜா பீவிக்கு நாற்பது வயது.

முஹம்மது நபி (ஸல்லல்லாஹூ அலைகி லஸல்லம்) அவர்கள் ஒருநாள் ஹீரா என்ற மலையின் மேல், தவஞ் செய்து கொண்டிருக்கையிலே, ஜிப்ரியீல் என்ற தேவதூதன் வந்து, "நீர் உம்முடைய நாயகனாகிய அல்லாவின் நாமத்தைத் துதித்து, அவனுடைய வாசகமாகிய குர் ஆன் வேதத்தை ஓதும்" என்று வேண்டியருளினார். "நான் அதிகப் படிப்புத் தெரிந்தவ னல்லேனே" என்று சொல்லி நபி யாண்டவர் மூன்று தரம் மறுத்தார். ஜிப்ரியீல் அப்போது தம்முடைய நெஞ்சை யாண்டவரின் நெஞ்சத்தின் மீது வைத்தழுத்தினார். அதனின்றும் தேவஞானம் பெற்று நபி யாண்டவர் தம்முடைய நாற்பதாம் வயதில் தாம் அல்லாவினால் அனுப்பப்பட்ட நபி யென்பதை உலகமறிய ப்ரசித்தப்படுத்தினார். இதை உடனே அங்கீகாரம் செய்துகொண்டவர்கள் ஆண்டவனுடைய பத்தினியாகிய கதீஜாபீவியும் மருமகனாகிய அலியும் பிறரும்.

இதில், அலி அங்கீகாரம் செய்துகொண்ட கதை மிகவும் ஆச்சரியமானது. மக்காவிலே ஒரு திருவிழாக் காலமாம். அப்போது அங்கே பெரிய குருக்கள் சங்கம் கூடிற்றாம்.

(குறிப்பு: இந்தக் கதைக் குறிப்புகளும், பிறவும் நான் ஆங்கிலேயரின் எழுத்துக்களில் படித்ததினின்றும் ஞாபகத்தால்

எழுதப்படுவன யாதலால், இவற்றில் பல தவறுகளும், மாறுதல்களும் இருக்கக்கூடும். ஆனால், கதையின் முக்கியாம்சங்களிலேயும், நபி யவர்களின் குண விஸ்தாரங்களிலும் தவறுத லிராது.)

அந்த ஸங்கத்தில் முக்கியஸ்தர் ரபியின் குலத்தவரேயாவர்.

அந்த ஸபையில் முஹமது நபி எழுந்து, விக்ரஹாராதனத்தைக் கண்டித்து சுத்த சைதன்ய ரூபமாகவே கடவுளைப் போற்ற வேண்டும் என்றார். கடவுள் ஒருவரே யாதலால் பல தேவர்களை வணங்கக் கூடாதென்றார். இஸ்லாம் என்ற ஆழ்ந்த பக்தியினாலே அந்தக் கடவுளை உபாஸனை செய்ய வேண்டுமே யல்லாது உயிர்ப் பலிகளிட்டுச் செய்யும் மூடத்தனமான பூஜைகளாலும், பக்தி யின்றிச் செய்யப்படும் வீண் புறச்சடங்குகளாலும் அல்லா திருப்தி யடைய மாட்டா ரென்றும் சொன்னார். இந்தப் புதிய கொள்கையை ஜனங்களுக்குச் சொல்லி அவர்களைப் பழைய தவறுதல்களினின்றும் நீக்கி நற்கதி சேர்ப்பிக்கும் பொருட்டுத் தம்மை “ரஜூல்” அல்லது விசேஷ தூதனாக அல்லா அனுப்பி யிருக்கிறா ரென்று தெரிவித்தார். இதைக் கேட்டு அந்த ஸபையில் கூடியிருந்த குருக்களும், பழைய பூஜைகளையே வயிற்று ஜீவனத்துக்கு வழியாகக் கொண்டிருந்த பூஜாரிகளும் பிறரும் இவர் பைத்தியங் கொண்டு பேசுகிறாரென் றெண்ணிக் கொல்லென்று நகைத்தார்கள். அப்போது நபியின் மருமகனாகிய அலி ஸபையின் முன்னே எழுந்து நின்று:– “மாமா, உம்முடைய புதிய மதத்தில் வேறு யார் சேர்ந்தாலும் சரி; சேராவிட்டாலும் சரி, நான் சேர்கிறேன்” என்றார்.

ஒருவன் தன்னை விசேஷ ஞானி யென்றும், ஈசுவரனுடைய முக்ய பக்தனாய் உலகத்தாரைக் காப்பாற்றும் பொருட்டுக் கடவுளால் தெரிந்தனுப்பப்பட்ட “ரஜூ” லென்றும் தன்னை முன்னறியாத அன்னியர் நம்பும்படி செய்தல் எளிது. ஆனால், எப்போதும் தன்னுடனே இருந்து பழகும் பந்துக்களை நம்பும்படி செய்தல் மிகவும் அரிது. ஒருவன் ஜ்வரம் வந்து வாந்தி யெடுக்கும்போதும், கடனாளிகளிடத்தில் விவகரிக்கும்போதும், கோப தாபங்களுக் கிடமான குடும்ப விவகாரங்களில் ஈடுபட்டு வேலை நடத்துகையிலும், ஒருவனுடைய பக்கத்திலேயே யிருந்து அவன் குணங்களையும், சொற்களையும், செயல்களையும் கவனித்து வந்திருக்கும் ஸமீப பந்துக்கள் அவனை நிகரற்ற ஞானியாகக் கருதும்படி செய்தல் மிகவும் மிகவும் மிகவும் அரிது. இதுபற்றியே இங்கிலீஷ் பாஷையிலே ‘தன் சொந்த தேசத்தில் எவனுக்கும் தீர்க்கதர்சி யென்ற பெயர் வாங்குதல் அரிது’ என்றொரு வசனம் ஏற்பட்டிருக்கிறது. மற்ற பந்துக்கள் ஒப்புக்கொண்ட போதிலும், ஒருவனுடைய சொந்த மனைவி அவனைத் தெய்வ சக்திகளுடையவ னென்றும் அங்கீகரித்தல்

மஹா துர்லபம். ஏனென்றால், ஒருவனிடமுள்ள குற்றங் குறைக ளெல்லாம் மற்றவர்களுக்குத் தென்படுவதைக் காட்டிலும் பெண்ஜாதி பக்கத்திலேயே ஸதா இருப்பவ ளாதலால் அவள் கண்ணில் ஆயிர மடங்கு அதிகமாக வந்துறுத்தும். எனவே, முஹம்மது நபியின் நபித்தன்மையை முதல் முதலாக அவருடைய மனைவியும் மருமகனும் அங்கீகாரம் செய்து கொண்டது, பூமண்டல சரித்திரத்திலேயே மிகவும் ஆச்சரியமான செய்திகளி லொன்றாம். இதினின்றும் அவருடைய மஹிமையும் பக்தியும் நேர்மையும் எத்தனை உண்மையானவை யென்பது வெளிப்படுகிறது.

அப்பால், முஹம்மது நபி குரான் வேதத்தைப் பகுதி ப[கு]தியாக வெளிப்படுத்தலானார். குரான் வேதம் 114 ஸூராக்கள் அல்லது அத்யாயங்களுடையது. இவை ஈசனருளாலே பிறந்து யோகத்தினாலே தூய்மை யடைந்த முஹமது நபியின் அறிவிலே பிரதிபலித்து, நபியால் வெளியிடப்பட்டன. இவற்றின் கவிதையிலேயே உயர்ந்த தெய்வ சக்தி விளங்குகிறது.

அரபி பாஷையிலேயே முஹம்மது நபியின் வாக்கைப்போல் ஆச்சர்யத் தன்மையும், அழகுமுடைய கவிதை வேறு கிடையாது. ஒரு ஸமயத்தில் மக்கா நகரத்திலே முஹம்மது நபியிடம் பொறாமை கொண்டவனாகிய ஒரு பெரிய புலவன் இவருடைய கவிதை ஸாதாரண மனிதக் கற்பனையே யன்றி, தெய்வ அருளால் வெளிப்பட்டதென்று சொல்வதற்கு யாதொரு ஆதாரமுமில்லை யென்று சொன்னான். இதைக் கேட்ட நபியின் சீடர்கள், "முஹம்மது நபியோ அதிகமான கல்விப் பயிற்சி யில்லாதவர். இந்த மக்க நகரத்திலே அபாரமான கல்வி யுடைய வித்வான்கள் பலர் இருக்கிறார்கள். அவர்களில் எவனேனு மொருவன் குரானிலுள்ள கவிதையைப்போலே நான்கு வரி பாடிக் கொடுத்தா னாயில், பிறகு நாங்கள் நபியினுடைய வாக்கு தெய்வ வாக்கில்லாமல் ஸாதாரண மனித வாக்கே யென்று அங்கீகாரம் செய்து கொள்வோம்" என்றார்கள். இந்தக் குரான் வேதத்திலே வைதீகக் கிரியைகள், லௌகீக தர்மங்கள், ஏவல் விலக்குகள்; வணக்கத்தின் இயல்பு; முன் நபிகளின் சரித்திரம்; உ[ரி/வ]மை யுபதேசங்கள், ஞானம், பக்தி – இவற்றின் விவரங்கள்; ராஜ தண்டனை விதிக்கும் நியமங்கள், பங்கு பாக ஒழுங்கு; விவாக தர்மம், ஸ்திரீ – புருஷர் நடக்க வேண்டிய முறைகள் ஆக ஒன்பது பகுதிகள் சேர்ந்திருக்கின்றன. இந்நூல் பார்ஸி, மலாய், உருது, லத்தீன், ப்ரெஞ்ச், இங்கிலீஷ், ஜெர்மன் முதலிய அனேக பாஷைகளில் மொழிபெயர்க்கப்பட்டிருக்கிறது. தமிழில் குரானுக்கு இதுவரை

ஒரு மொழிபெயர்ப்பில்லாம லிருப்பது தமிழ்ப் பாஷைக்கே ஓருன மென்று கருதுகிறேன். இது நிற்க.

இங்ஙன மிருக்கையிலே முஹம்மது நபியின் புதிய கொள்கை மக்கத்தில் மேன்மேலும் பரவித் தலைதூக்கிவருவதைக் கண்டு, இதனால் புராதனமான அராபிய மதத்துக்குப் பங்கமும், அதன் பூஜாரிகளுக்கும் குருக்களுக்கும் நஷ்டமும் விளையுமென்றஞ்சிப் பல குருக்கள் செய்த போதனைக் கிணங்கி மக்க நகரின் அதிபதி கி.பி. 622–ல் முஹம்மது நபியையும், அவருடைய சீடர்களிற் சிலரையும் பிடித்தடைக்கும்படி உத்தரவிட்டான். அப்போது முஹம்மது நபியானவர் அல்லாவின் கட்டளையையும் சில ஆப்த நண்பர்களின் வேண்டுகோளையும் அனுஸரித்து, யாவரு மறியாமல், ரஹஸ்யமாக ஒரே ஒரு சீடனுடன் மக்கத்திலிருந்து புறப்பட்டு மதினா நகரத்துக்குப் போனார். மதினா நகரம் வேறொரு அரசனுடைய ஆட்சியின்கீழ் இருந்தது. மக்கத்திலிருந்து நபி புறப்பட்டு விட்டாரென்ற செய்தி தெரிந்தபின் மக்கத்தின் அதிபதி அவரைத் தொடர்ந்து சென்று பிடித்துக் கொண்டு வரும்படி சில குதிரைச் சேவகர்களை அனுப்பினான். குதிரைச் சேவகர்கள் ஸமீபத்தில் வருவதைக் கண்ட நபியும் அவருடைய சீடனும் அந்தக் காட்டுப் பாதையில் ஒரு மரத்தடியிலிருந்த பொந்துக்குள் ஒளித்துக் கொண்டனர். அப்போது குதிரைகளின் காலடிச் சத்தம் இவர்களுக்கு மிகவும் நெருக்கத்திலே வந்துவிட்டது. சீடன் பதறிப் போய்:– "ஐயையோ, நாம் இந்தப் புதரில் பதுங்கியிருப்பதை அவர்கள் தெரிந்து கொண்டனர். காலடிச் சுவடு பார்த்து அவர்கள் இந்த இடத்துக்குத்தான் வருகிறார்கள். நாம் அவர்களிடம் கட்டாயமாக அகப்பட்டுக் கொள்ளத்தான் போகிறோம். நம்மைப் பிடித்துக்கொண்டு போய் என்ன தண்டனை விதிப்பார்களோ!" என் றேங்கி யழுதான். அப்படிப்பட்ட நெருக்கடியில் முஹம்மது நபி சிறிதேனும் தைரியம் குறையாமல், பக்தி மங்காமல் அவனை நோக்கி:– "அப்பா, நீ ஒன்றுக்கும் பயப்படாதே. இந்த உலகத்தில் ஒரு பெரிய தர்மத்தை ஸ்தாபிக்கும் பொருட்டு என்னை அல்லா அனுப்பி யிருக்கிறார். அந்தக் காரியம் நிறைவேறும் வரை எனக்கு யாதொரு தீங்கும் வராதபடி ஈசன் காப்பாற்றுவார். நீயோ இப்போ தென்னுடன் இருக்கிறாய். ஆதலால், உனக்கும் எவ்விதமான ஆபத்தும் நேராது. நீ வீணாகப் பயந்து கூவாதே" என்று அவனுக்குத் தேறுதல் சொல்லி யருளினார். சிறிது நேரத்துக்குள் குதிரைச் சேவகரின் கூட்டம் அந்தப் புதருக்கருகே வந்து நின்றது. ஒரு சிப்பாய் சொன்னான்:– "அடே, அவர்கள் இந்தப் புதருக்குள் ஒருவேளை புகுந்திருக்கக் கூடும். அப்பாலே

போவதன் முன்பு இங்குத் தேடிப் பார்ப்போம்" என்றான். அப்போது அந்தச் சேவகர்களிலே தலைவன் சொன்னான்:– "போடா, பரம மூடா. அவர்கள் பெரிய வீரர்கள், வாயு வேகம், மனோவேகமாகப் பறந்து போகிறார்கள். நாம் இப்படி வழி நெடுக நின்று நின்று தூங்கிக் கொண்டே போனால் அவர்களைக் கண்டுபிடிக்கவே முடியாது. ஆதலால், இங்கு நின்றுகொண்டு வீண் வார்த்தை யாடுவதில் பயனில்லை. ஏறு, மேலே போ!" என்று உத்தரவு கொடுத்தான். குதிரைச் சேவகர் அங்கிருந்து உடனே புறப்பட்டு மிகவும் வேகத்துடன் பறந்து விட்டனர். பிறகு நபியும் அவருடைய சீடனும் அப் புதரினின்றும் மெல்ல வெளியேறி மற்றொரு திசையை நோக்கிச் சென்றுவிட்டார்கள். இத்தனை மிடுக்கான நிலையில் அகப்பட்டுக் கொண்ட போதிலும், தமக்கு எவ்விதமான ஆபத்தும் வருமென்ற அச்சம் சிறிதேனு மில்லாமல் தெய்வத்தை நம்பியதே முஹம்மது நபியின் விசேஷ லக்ஷணம். அதுவே உண்மையான பக்திக்கு அடையாளம். அல்லாவை ஸாதாரண ஸமயங்களில் நம்பி விட்டு எதேனும் ஆபத்து வரும் ஸமயங்களில் அல்லாவிடம் நம்பிக்கை யிழந்து மனத்தைப் பதறவிடுதல் உண்மையான பக்தியாக மாட்டாது. "ஸம்சயாத்மா வருச்யதி – ஐய முற்றான் அழிவுறுவான்." பக்தியிலே சலன முற்றவன் முக்தி யடைய மாட்டான். சலன மில்லாத பக்தியே பக்தி யென்னும் நாமத்துக் குரியது. மற்றது பக்தியே யாகாது.

அப்பால், முஹம்மது நபி (அலைகி லஸல்லாம்) மதினாவுக்குச் சென்றார். இவர் மக்கத்திலிருந்து மதினாவுக்குச் சென்ற வருஷத்தை முதல் வருஷமாகக் கொண்டே இப்போது முஸல் மான்களுக்குள்ளே வழக்கத்தி லிருக்கும் ஹிஜரா சகாப்தம் கணக்கிடப் படுகிறது. அங்கு பல அற்புதங்கள் காட்டினார். அந்த நகரத்தரசனுள்பட ஏராளமான ஜனங்கள் அங்கே இவருக்குச் சீடராயினர். இவருடைய மதம் மதினாவிலும் சுற்றுப் புறங்களிலும் மேன்மேலும் அபிவிருத்தி பெற்றோங்குவ துணர்ந்த மக்கத்துக் குரேஷிகள் இவர் மீது படைகள் விடுத்தனர். ஓரிரண்டு போர்களிலே முஹம்மது நபிக்குத் தோல்வி யுண்டாயிற்று. அப்பால் இவருடைய கூட்டத்தார் போர்த் தொழிலுக்குரிய பயிற்சி யடைந்து விட்டனர். அதன் பிறகு இவருடைய ஸைந்யங்களுக்கு எங்கு சென்றாலும் வெற்றியே நேரலாயிற்று. "எடுத்த காரியம் யாவினும் வெற்றி; எங்கும் வெற்றி; எதனிலும் வெற்றி". முஹம்மது நபியின் அற்புதமான பக்தி ரஸம் ததும்பிய வாக்யங்களைக் கேட்ட மாத்திரத்தில் மிகப் பெரிய கோழைகூட மஹா வீரனாய் விடுவான். கி.பி. 627ஆம் வருஷத்தில் இவர் 1400 ஜனங்களுடன் மக்க நகரத்தை நோக்கிப் புறப்பட்டனர். 629ஆம் வருஷம் ரம்ஜான் மாஸத்தில் மக்கத்தைக் கைப்பற்றிக்

கொண்டார். பிறகு தம்மையும் தமது மதத்தையும் அழிக்க முயன்ற சுற்று நாட்டு மன்னர்களை யெல்லாம் வென்று பெரிய ஸாம்ராஜ்யம் ஸ்தாபித்துச் சக்கரவர்த்தியாக விளங்கித் தர்ம ராஜ்யம் நடத்தினார். கி.பி. 632ஆம் வருஷம் ஜூன் மாஸம் 8-ம் தேதியன்று, தம்முடைய அறுபத்து மூன்றாம் பிராயத்தில் ஆலயத்தி லிருந்து வந்தவுடனே இவருக்குக் காய்ச்சல் வந்தது. ரபீயுல் அவுல் மாஸம் 12-ந் தேதி திங்கட்கிழமை யன்று பூதவுடம்பை விட்டு அல்லாவின் திருவடிக் கமலங்களிலே சேர்ந்து விட்டார்.

ஸஹோதரர்களே, தோட்டத்தில் முக்காற் பங்கு கிணறாகிவிட்டது. இஸ்லாம் மார்க்கத்தின் மஹிமையைக் கூறுதற்கு ஒரு முகவுரையாக முஹம்மது நபி ஸல்லல்லாஹு அலைகி வஸல்லம் அவர்களின் சரித்திரத்தைச் சொல்லத் தலைப்பட்டேன். அது நான் எதிர்பார்த்ததைக் காட்டிலும் சற்றே அதிக நீளமாய்விட்டது. இருந்தாலும் ஒருவாறு முகம்மது நபியின் சரித்திரத்திலேயே இஸ்லாமின் மூல தத்துவங்கள் பிரகாசப்படுகிறபடியால் நான் அதனை விரித்துரைத்தது விழலாக மாட்டாது. ஏனென்றால், இஸ்லாம் எனும் பதம் நான் மேலே சொல்லியபடி பக்தி யென்ற பொருளுடையது. இந்த பக்தியின் மஹிமைக்கு முஹம்மது நபியின் சரித்திரத்தைக் காட்டிலும் சிறந்த திருஷ்டாந்தம் வேறு கிடையாது. நாகரிகமற்றுச் சிதறிக் கிடந்த அராபியர் முஹம்மது நபியின் செய்கையால் பூமண்டல நாகரிகத்துக்கு வழிகாட்டிகளாயினர். அராபியர் அக்காலத்தில் ஸ்தாபித்த பயிற்சியே பின்னிட்டுத் தோன்றிய ஐரோப்பிய நாகரிகத்துக்குத் தாய். இன்றைக்கும் இஸ்லாமுடைய ஒளி மங்கவில்லை. இனி, எதிர்காலத்தில் இஸ்லாம் மேன்மேலும் அதிக சக்தியும் மாண்பும் ஓங்கி வளருமே யன்றி, எக்காலத்திலும் இதன் பெருமை இனிக் குன்றா தென்பதற்கு எத்தனையோ உறுதியான அடையாளங்கள் தென்படுகின்றன. இனி, ஜனத் தொகைக் கணக்குப்படி பார்ப்போமானால், இஸ்லாம் உலகத்துப் பெரிய மதங்களுக்குள்ளே மூன்றாம் ஸ்தானம் பெற்றிருக்கிறது. உலகத்தில் அதிகமான ஜனத் தொகையாரின் மீது ஆட்சி செலுத்திவரும் மதங்கள் நான்கு. அவையாவன: ஹிந்து மதம், இஸ்லாம், கிறிஸ்து மதம், பவுத்த மதம் என்பவை. இவற்றுள் பவுத்த மதத்துக்கு ஜனங்கள் அதிகம்; அதுவே ஜனத்தொகை விஷயத்தில் முதல் ஸ்தானம் அடைந்தது (படைத்தது சு.மி). அதற்கடுத்தபடி கிறிஸ்துவம் (கிறிஸ்து மதம் சு.மி); மூன்றாவது இஸ்லாம்; நாலாவது ஹிந்து மதம். ஆனால், பவுத்த மதம் பல பல கிளைகளாகி ஒன்றுக்கொன்று ஸ்நாநப்ராப்தி யில்லாமல் சிதறிக் கிடக்கிறது. சீனத்திலுள்ள பவுத்த மதத்துக்கும், ஜப்பானிலுள்ள

பவுத்த மதத்துக்கும், திபத்திலுள்ளதற்கும், பர்மாவிலுள்ளதற்கும், இலங்கைத் தீவிலுள்ளதற்கும் ஒன்றுக்கொன்று ஸம்பந்தம் கண்டுபிடிப்பதே சிரமம். கிறிஸ்து மதமும் ஏறக்குறைய இதே நிலைமையிலே தானிருக்கிறது. இதில் சுமார் 250க்கு மேலான உட்சமயங்களிருப்பதாகக் கணக்கிடப் பட்டிருக்கிறது. முஹம்மது மதமும் இப்பொழுது பல பிரிவுகளுடையதாய் விட்டது. இதில் 937 வகுப்புகள் ஏற்பட்டிருப்பதாகச் சொல்லுகிறார்கள். எனிலும், இஸ்லாமில் மற்ற மதங்களைக் காட்டிலும் அதிக ஒற்றுமை இருப்பது ப்ரத்யக்ஷ மன்றோ? உலக முழுதிலும் இஸ்லாமியர் ஒரே கூட்டத்தார் என்ற உணர்ச்சி எல்லா முஸ்லீம்களின் மனத்திலும் மிக ஆழமாக வேரூன்றிக் கிடக்கிறது. இஸ்லாம் ஒன்று; பிரிக்க முடியாதது. மேலும், உலகத்திலுள்ள மற்றெல்லா மதங்களைக் காட்டிலும் இஸ்லாமில் ஸஹோதரத்வம் அதிகம். மற்ற மதஸ்தர்க ளெல்லாரும் “நாம் அத்தனை பேரும் ஸஹோதரர்கள்” என்று வாயினால் மாத்திரம் சொல்லி வருகிறார்கள். முசல்மான்கள் மட்டுமே ஆதி முதல் அதை அனுஷ்டானத்தில் நடத்தி வந்திருக்கிறார்கள். இன்றைக்கு அடிமையாக இருப்பவன் நாளைக்கு ராஜாவானதாக இஸ்லாமின் சரித்திரத்தில் கணக்கற்ற திருஷ்டாந்தங்கள் மலிந்து கிடக்கின்றன. ஜாதி வித்யாஸங்கள், ஏழை, செல்வன் என்பதைப் பற்றிய வேற்றுமைகள் – இவை யெல்லாம் இஸ்லாம் என்ற தீயின் முன்னே சாம்பராய் விடுகின்றன. 18–ம் நூற்றாண்டில் ப்ரான்ஸ் தேசத்தில் நவீன ஐரோப்பிய நாகரிகத்துக் காதாரமான மஹா ப்ரளயம் (பெரிய ஜன ஸமூகப் புரட்சி) ஏற்பட்டது. அப்போது உலகத்தைப் புதிதாகவும், அநியாயமற்றதாகவும், துன்பமற்றதாகவும் செய்யவேண்டு மென்ற எண்ணத்துடன் பாடுபட்ட அந்தப் புரட்சித் தலைவர்கள் ‘ஸ்வதந்த்ரம்’, ‘ஸமத்துவம்’, ‘ஸகோதரத்வம்’ என்ற மூன்று மந்திரங்களைக் கடைப்பிடித்தனர். அவையே இன்றைக்கும் ஐரோப்பிய நாகரிகத்துக்கு இலக்காகத் திகழ்கின்றன. இவற்றுள் ஸகோதரத்வம் ஏற்பட்டால் அதினின்று ஸமத்துவமும், அதினின்று ஸ்வதந்த்ரமும் தாமாகவே விளையுமாதலால், மனித ஜாதி மேன்மைப்படுவதற்குரிய நீதிகள் அனைத்திலும் ஸகோதரத்வமே மேம்பட்ட நீதியாம். இது இஸ்லாம் மதத்தினாலேயே பிரதிஷ்டை செய்யப்பட்டது. மற்றெந்தக் கூட்டத்தாரினும் அதிகமாக முஸல்மான்களாலேயே ஆதரிக்கப்பட்டு வருகிறது.

~

இஸ்லாம் அல்லது பக்தி இரண்டு வகைப்படும்; ‘ஈமான்’ அல்லது நம்பிக்கை, ‘தீன்’ அல்லது உறுதி என. இவற்றுள் ‘தீன்’ இல்லாவிட்டால் ‘ஈமான்’ உபயோகப்படாது. முன்பு நபி யவர்களிடத்திலும், அவருடைய முக்ய சிஷ்யர்களிடத்திலும்,

மற்ற முஸ்லிம் ஸாதுக்கள், ஞானிகள், 'ஒலிமார்' என்ற சித்தர்கள் முதலியவர்களிடத்திலும் 'ஈமான்' எவ்வளவு மேம்பட்டிருந்ததோ அதுபோல், 'தீனு'மிருந்தது. இக்காலத்தில் முஸல்மான்களிடம் 'ஈமான்' அதிகமாகத்தான் இருக்கிறது. ஆனால், அதற்குத் தக்கபடி 'தீன்' இல்லை. 'நமாஜ்' (அல்லது ஜபம்), 'ஸத்காத்' (தானம்), உபவாஸம் முதலியனவற்றை மாத்திரமே 'தீன்' என்று இப்போதுள்ளவர்கள் நினைக்கிறார்கள். இவை மாத்திரமே 'தீன்' அல்ல. பக்தியிலே நிச்சயம் தீன் ஸர்வ லோகங்களையும் படைத்துக் காப்பவரும், எங்கும் நிறைந்தவரும், எல்லாம் தாமே யானவரும், ஸர்வ சக்திகளுடையவருமாகிய அல்லா ஒருவர் இருக்கிறார். நாம் அவரைச் சரண் புகுந்தோமானால், அவர் நம்மை எல்லா விதமான துன்பங்களி னின்றும், கஷ்டங்களி லிருந்தும், கவலைகளி னின்றும், நோய்களி னின்றும், மரணத்தி னின்றும் மீட்டி யருளுவார் என்ற நம்பிக்கையே ஈமானில் முக்கியமான அம்சம். இதை ஒரு க்ஷணங்கூட மறவாமல் எந்தத் தொழில் செய்துகொண்டிருந்தாலும், எந்த அவஸ்தை அல்லது லோகானுபவத்தில் அகப்பட்டிருந்தபோதிலும் மாறாத ஆனந்தத்துடன் நிற்பதே உண்மையான "தீன்". ஒருவனுக்கு வயிற்று நோவு வருகிறது. இந்த மனித சரீரம் கருங்கல்லால் சமைக்கப்பட்டதன்று. இரும்பினால் செய்யப்பட்டதன்று; தோல், சதை, எலும்புகளால் செய்யப்பட்டிருக்கிறது. இதில் மிகவும் நுட்பமான உணர்ச்சி கொண்ட நாடிகள் வ்யாபித்திருக்கின்றன. எனவே, உணவு, உடை, தொழில், காற்று முதலியவற்றில் மிகவும் இலேசான மாறுதல் ஏற்பட்ட போதிலும் இந்த உடம்பில் இலேசான நோவுண்டாகிறது. ஜீர்ணத் தொழில் மிகவும் மேன்மையாள கருவிகளைக் கொண்டு நடைபெறுகிறது. ஆதலால், இவ்வுடம்பில் ஏற்படும் சிறிய நோவுகள் இயற்கையிலேயே நீங்கி விடுமென்று கருதி அவற்றைப் பொறுத்துக்கொண்டு ஸந்தோஷத்துக் கிடமானவையும் நோயை மறக்கடிக்கத்தக்கனவு மாகிய விருத்திகளிலே மனதைப்புகுத்துதல் அறிவாளிக்ளின் கடமை. அவ்வாறின்றி ஒரு நோய் வந்த மாத்திரத்திலேயே நாம் செத்துப்போவோமென்ற வீண் பயங்கொண்டு மனதைப் பதறவிடுதல் பெரும் பேதைமையாம். வியாதிகளால் மனிதர் சாவதில்லை. வியாதிகளைப் பற்றிய பயத்தினால் சாகிறார்கள். பயத்தினாலேதான் வியாதிகள் அதிகப்படுகின்றன. அல்லாவிடம் உண்மையான பக்தி யுடையவன் எதற்கும் பயப்படமாட்டான். ஒருபோதும் பயப்படமாட்டான். எதற்கும் கவலையுற மாட்டான். ஒருகாலும் கவலையுற மாட்டான். ஒருவன் உண்மையான பக்தியுடையவனா என்று கண்டுபிடிப்பதற்கு இதுதான் வழி. அவன் எப்போதும் ஸந்தோஷத்துடன், கவலையில்லாமல், அமைதியுட னிருக்கிறானா? அவன் முகம் எப்போதும் தெளிவாகவும்

ப்ரஸந்நமாகவும் இருக்கிறதா ? என்று பார்க்க வேண்டும். அப்படி யிருந்தால் மெய்த் தொண்டன். அழுமூஞ்சியும், கவலைக் கிரையானவனும் பக்தி கொண்டாடினால், அவனுடைய பக்தி உறுதியற்ற தென்று தெரிந்துகொள்ள வேண்டும். இந்த உலகத்திலேயே எல்லாத் துன்பங்களும் மரணமும் நீங்கி கலியை யறுத்தெறிந்து மனிதர் தேவர்களைப்போல் வாழ மாட்டாமையின் காரணம் பக்திக் குறைவே யன்றி வேறில்லை.

மேலும், உண்மையான பக்தன் தன்னுயிரில் அல்லா கொலு வீற்றிருப்பதுபோலவே மற்ற உயிர்களிலும் அவன் நிறைந்திருப்பதால் எல்லா ஜீவர்களும் ஈசுவரனுடைய கலைக ளென்றும், ஆதலால் எல்லா உயிர்களும் ஒன்றுக்கொன்று சமான மென்று தெரிந்துகொள்ள வேண்டும். அதினின்றும் எல்லா ஜீவர்களிடத்திலும் தீராத அன்பும் பக்தியும் செலுத்த வேண்டும். ஸ்திரீகளைத் தாழ்வாக நினைக்கக் கூடாது. ஏக பத்நி விரதத்தை அனுஷ்டிக்க வேண்டும். மாம்ஸ போஜனம் செய்யக் கூடாது.

~

ஹிந்துக்களுடைய வேதத்திலும் எத்தனையோ வழிகள் காட்டப்பட்டபோதிலும், எல்லாவற்றைக் காட்டிலும் சிறந்த முடிவான வழி பக்தியே என்று சித்தாந்தம் செய்யப்பட்டிருக்கிறது. இக்காரணம் இஸ்லாம் மார்க்கம் இந்தியாவில் ப்ரவேசித்தபோது அதை பாரத மாதா நெஞ்சாரத் தழுவிக் கொண்டாள். இங்ஙனமின்றி இஸ்லாம் மார்க்கம் வெறுமே கொலைத் திறமையால் இந்தியாவில் ஸ்தாபனம் பெற்றதாகச் சிலர் கருதுகிறார்கள். இது மிகவும் தப்பான எண்ணம். திருஷ்டாந்தமாக அக்பர் சக்ரவர்த்தி காலத்திலேதான் இஸ்லாம் மார்க்கம் இந்தியாவில் வேரூன்றிற்று. அவரோ தம்முடைய முக்ய மந்திரிகளாகவும், ஸேனாதிபதிகளாகவும் ஹிந்துக்களை நியமித்திருந்தார். ஹிந்து வேத சாஸ்த்ரங்களில் அளவில்லாத அபிமானங் கொண்டிருந்தனர். அவர் எத்தனை தூரம் ஹிந்துக்களிடம் அன்பு வைத்திருந்தாரெனில், மஹமதியர்களிலே முரட்டு பக்தி யுடைய சிலர் அவரை உண்மையான முஸல்மானில்லை யென்றுகூடத் தூஷிக்கத் தலைப்பட்டார்கள். அத்தனை தூரம் அவர் ஹிந்து மதத்தில் அபிமானம் செலுத்தினர்.

தவிரவும், இந்தியாவில் அப்போது தலைமை பெற்றிருந்த மார்க்கங்களுக்குள்ளே வைஷ்ணவ மதம் தனது பக்தி தர்மத்தாலும், சரணாகதி தர்மத்தாலும் இஸ்லாமுக்கு அதிக நெருக்கமுடையதாக இருந்தது. ஆதலால் இவ்விரு மதங்களும்

பாரதியும் காந்தியும் ❋ 111 ❋

மிகவும் கலப்பெய்தின. கபீர் முதலிய பக்த சிரோமணிகள் இவ்விரு மதங்களுக்கும் பொதுவாகத் தோன்றினர். இன்றுவரை அவர்களை முஸல்மான்கள் முஸ்லிமென்றும், வைஷ்ணவர்கள் விஷ்ணுபக்த ரென்றும் கொண்டாடி வருகிறார்கள். பின்னிட்டு ஹிந்து மதத்துக்கும் இஸ்லாமுக்கும் அதிக ஸம்பந்த மேற்பட்டு மென்மேலும் அபிவிருத்தி யடைந்து வருகிறது. நாகூர் முதலிய முஸ்லிம் க்ஷேத்ரங்களிலே ஹிந்துக்கள் ஏராளமாகப் போய் தொழுகிறார்கள்.

ஸமீபத்தில் சிறிது காலத்துக்கு முன்னே ஹிந்து, மஹமதியர்களுக் குள்ளே அன்னியர்களின் தூண்டுதலால் கொஞ்சம் வேற்றுமை ஏற்பட்டது. ஆனால், சென்ற சில வருஷங்களாக ஜனாப் மஹமது அலி முதலிய முஸ்லிம் தலைவர்களின் முயற்சியாலும், ஸ்ரீமான் கோகலே, ஸ்ரீமான் காந்தி முதலிய ஹிந்துத் தலைவர்களின் ப்ரயத்தனத்தாலும் ஹிந்து – முஸ்லிம் ஒற்றுமை மிகவும் அதிகமாய் விட்டது. இனிமேல் ஹிந்துக்களுக்கும் முஸல்மான்களுக்கு மிடையே மத பேதத்தைப் பற்றிய மனஸ்தாபங்கள் ஒருபோதும் ஏற்படாதவண்ணமாக ஹிந்து – முஸ்லிம் ஸஹோதரத்துவம் அத்தனை உறுதியான நிலை பெற்றுவிட்டது.

ஸஹோதரர்களே, நீங்கள் இங்ஙனம் ஹிந்துக்களுடனே ஒற்றுமைபட்டதுபோல், இனிக் கிறிஸ்தவர், பௌத்தர் முதலிய பிற மதஸ்தருடனும் ஒற்றுமைப்பட்டு வாழ வேண்டும். “தேசந்தோறும் பாஷை வேறு”. அரபி பாஷையில் கடவுளுக்குப் பெயர் அல்லா. ஸம்ஸ்க்ருதத்தில் கடவுளுக்குப் பெயர் பிரமம் அல்லது ஈசன். யூத பாஷையில் அவருக்கு யஹ்லே அல்லது யேஹோலா என்றும் பெயர். ஆனால், பௌத்தர், கிறிஸ்தவர், ஹிந்துக்கள் முதலிய எல்லா மதஸ்தரும் அல்லாவினுடைய மக்களே யன்றி வேறல்லர். எல்லாரும் அல்லாவைத்தான் வேறு வேறு நாமங்கள் சூட்டிப் போற்றுகிறார்கள். ஆதலால், பிற மதஸ்தரிடம் முஸல்மான்கள் விரோதமேனும் அவமதிப்பேனும் கொள்ளுதல் நியாயமன்று. உலகத்தில் எல்லா மதஸ்தர்களைக் காட்டிலும் நீங்கள் அதிகமான பலக் கட்டுடையவர்கள். ஆதலால், உங்கள் மதத்தை அழிக்க இனி எந்த சக்தியாலும் முடியாது. எனவே, நீங்கள் யாதொரு பயமுமின்றித் தைர்யத்துடன் உங்களுடைய கொள்கையை ஸமாதான வழிகளிலே, சாந்தமாகவும் அன்புடனும் ஆதரவுடனும் ப்ரசாரம் செய்ய வேண்டும். பகைமை கூடாது. இகழ்ச்சி கூடாது. போர் கூடாது. முஹம்மது நபி (அலைகி வஸல்லம்) அவர்களே தம்மையும் தமது மதத்தையும் அழிக்க முயன்றவர்களைப் போர்க்களத்தில் வென்று தமது கொள்கையை அழியாதபடி நாட்டியதின் பின் இனிமேல்

இஸ்லாம் மதத்தை ஸாமோபாயங்களாலே பரவச் செய்ய வேண்டுமே யல்லது, மதப்போர்களும் மதக்கொலைகளும் அவசியமில்லை யென்று சொல்லிவிட்டார். அப்போதைக் கிப்போது உலகத்தின் நிலைமை முற்றிலும் மாறிப்போய்விட்டது. அப்போதைக் கிப்போது இஸ்லாம் உலகத்தில் ஆயிர மடங்கு அதிக சக்தி பெற்று விளங்குகிறது. ஆதலால், இனி அன்பே கைக்கொள்ளத்தக்கது. பிறர் உங்களைத் தூஷித்த போதிலும் முயலின் தூஷணையைக் கேட்ட சிங்கம் உடனே அதைக் கொல்லாமல் நகைப்பதுபோல் நீங்கள் அவர்களைப் பகைக்காமல் புன்சிரிப்புக் கொள்ள வேண்டும். நாம் எல்லாரும் ஸஹோதரர்; கிறிஸ்தவர், ஹிந்துக்கள், பௌத்தர், மஹமதியர் எல்லோரும் ஒருவருக் கொருவர் அன்பும் ஆதரவுமாக இருந்து துணை செய்து, எல்லாருக்கும் பொதுவாகிய கடவுளின் பக்தியில் உண்மையான “தீன்” கொண்டு, அதினின்றும், நோவு, சாவு, துன்பம், கவலை முதலிய அரக்கர்களை வென்று மக்கள் தேவர்களைப்போல வாழும்படி கிருபை செய்ய வேண்டுமென்று நான் அல்லா ஹுத்த ஆலாவை மிகவும் வணக்கத்துடனும் உண்மையுடனும் வேண்டிக் கொள்ளுகிறேன். ஆமீன்.

~~

20

எகிப்தின் விடுதலை

பூமண்டல சரித்திரத்தில் மஹா கீர்த்தி பெற்றதும், பற்பல நூற்றாண்டுகளாக, அன்ய ராஜ்ய பந்தத்துக்குட்பட்டு வருந்தியதும் ஆகிய எகிப்து தேசம் கடைசியாக ஒருவித ஸ்வாதீனம் பெற்றது பற்றி மனுஷ்ய லோகம் முழுதும் பூரிப்படையு மென்பதில் ஸந்தேஹமில்லை.

ஆனாலும் "வஸுமதி" பத்திரிகை சொல்லுகிறபடி இந்த ஸ்வாதீனம் பரிபூர்ண ஸ்வாதீனமென்று கருத இடமில்லை. பல அநாவசியமான நிபந்தனைகள் எகிப்தின்மீது விதிக்கப்பட்டிருப்பது காண்கிறோம். இன்னும் நமக்குக் கிடைத்த தந்தியில் குறிப்பிடப்படாத என்னென்ன நிபந்தனைகள் எகிப்து ராஜ்யத்தின்மீது விதிக்கப்பட்டிருக்கின்றனவோ, அதனையும் அறிகிலோம். எளிதான நிபந்தனைகளுடன் அமெரிகா, க்யூபாவை விட்டது போன்ற உதாரத் தன்மையுடன் ஆங்கிலேயர் எகிப்தை விட்டிருப்பார்க ளென்று நினைக்க இங்கிலிஷ் தேசத்தின் சரித்திரம் இடங் கொடுக்கவில்லை. அப்படிப்பட்ட உதார குணம் ஆங்கில அரசியலுக்கு வழக்கமில்லை.

இங்ஙனம், நிபந்தனைப்பட்ட ஸ்வாதீனத்தைக் கூட ஆங்கிலேயர் எகிப்துக்குக் கொடுத்தது எனக்கு மிகுந்த ஆச்சர்யத்தையும் பலவித ஸம்சயங்களையும் விளைவிக்கிறது. (1) எகிப்தில் விடுதலையின் பொருட்டு நடந்த கலகத்தின் முழு விவரங்களும் இந்தியாவில்

---

* சுதேசமித்திரன்: 1–9–1920, ப. 8.

தெரிவிக்கப்படவில்லை யென்பது என் முதலாவது ஸம்சயம். (2) இந்த விஷயத்தில் பிரெஞ்ச் ஜாதியாரின் பொறாமையும் தூண்டுதலும் எத்தனை தூரம் எகிப்துக் கனுகூலமாக இருந்தன என்பது விளங்கவில்லை. (3) ப்ரிட்டிஸ் ஸேனாபலத்தில் எகிப்துக் கலகத்தை அடக்குவதற்காக எத்தனை பட்டாளங்கள் போயின, அதிகப் பட்டாளங்கள் அனுப்பாததன் காரணங்கள் எவை என்பன விளங்கவில்லை.

ஐர்லாந்துக் கலகத்தை அடக்க இதுவரை இங்கிலாந்துக்குச் சக்தி யில்லாம லிருப்பதைக் குறித்து யோசிக்கும்போதே யுத்தத்திற்குப் பிறகுள்ள ராணுவ உணர்ச்சி எத்தகையதென்று விசாரிக்க இடமுண்டாகிறது. அது போதாதென்று இப்போது எகிப்தும் போய்விட்டதென்றால் ப்ரிடிஷ் ஸேனையில் இன்னும் பத்து வருஷங்களுக்குள் நீகிரோவரை நிறையத் திரட்ட வேண்டு மென்று யோசனை சொல்லும் யுத்த நிபுணர்களின் கருத்தை இங்கிலீஸ் மந்திரிகள் [ஒத்துக்] கொள்ளுதல் மிகவும் அவசியமென்று தோன்றுகிறது.

ஐர்லாந்து பச்சைக் குடியரசு ஸ்தாபனம் செய்யப் போவதாகவும் அல்லது ஏற்கெனவே செய்து விட்டதாகவும், அதில் தான் இங்கிலாந்தின் தயவைச் சிறிதேனும் எதிர்பார்க்கவில்லை யென்றும், தன்னுடைய சொந்த ஆயுத பலத்தையே நம்பி யிருப்பதாகவும் தெரிவித்துவிட்டது, எகிப்துக்கு ஸ்வாதீனம் கிடைத்துவிட்டது.

இந்தியா குடியரசு வேண்டுமென்று கேட்கவில்லை. ஸ்வாதீனம் கேட்கவில்லை. ஆயுத பலத்தை ஸ்மரிக்கவில்லை. இங்கிலிஷ் சட்டத்தை எதிர்க்கவில்லை. இங்கிலிஷ் கொடியை மறுக்கவில்லை. ஆங்கிலேய ஸாம்ராஜ்யத்துக்குள்ளே ஸ்வராஜ்ய பதவி கேட்கிறது.

கிலாபத், பஞ்சாப் என்ற காரணங்களை யொட்டி ஒத்துழையாமை தொடங்காமல் ஸ்வராஜ்யத்தின் பொருட்டும், ஸ்வநிர்ணயத்தை வேண்டியும் ஒத்துழையாமை தொடங்குவதே பொருந்துமென்று ‘சுதேசமித்திரன்’ பத்திராதிபர் சொல்வதை நான் முற்றிலும் அங்கீகரித்துக் கொள்ளுகிறேன். இந்தியாவின் ஸ்வராஜ்யத்துக்காக என்று தொடங்கினால், அதிக ஜனங்கள் ஒத்துழையாமையில் கலக்க ஹேது உண்டாகு மென்பதில் ஸந்தேஹமில்லை. ஸ்வராஜ்யம் கிடைத்தால் கிலாபத் விஷயத்தை மிகவும் எளிதாகச் செம்மைப்படுத்திக் கொடுக்கலாம். பஞ்சாப் கதையைப் போன்ற கொடூரச் செயல்கள் எக்காலத்திலும் நிகழ இடமிராது. இதைத் தவிர வேறு கோடி வித நன்மைகள் உண்டாகும்.

இந்த விஷயம் ஸ்ரீமான் காந்திக்குத் தெரியாதென்று நான் குறிப்பிட விரும்புவதாக யாரும் நினைத்து விடக்கூடாது. அவருக்கு இது நன்றாகத் தெரியும். எனிலும் பஞ்சாப், கிலாபத் என்பவற்றைத் தம் ஒத்துழையாமைக் கிளர்ச்சிக்கு மூல காரணங்களாக ஸ்ரீமான் காந்தி காட்டுவதன் கருத்து நம்முடைய ஜனங்களிருக்கும் நிலைமையையும் ராஜாங்கத்தாரின் இயல்பையும் அனுஸரித்து வேலை செய்ய வேண்டுமென்பதைத் தவிர வேறொன்றுமில்லை. எப்படியாவது ஒத்துழையாமையை வழக்கத்தின் கீழே கொணர்ந்து விட்டால் பின்பு ஸ்வராஜ்யத்தை நோக்கி அக்கிளர்ச்சியைத் திருப்பிக் கொள்ளுதல் எளிதென்று ஸ்ரீமான் காந்தி நம்புகிறார்.

விசேஷக் காங்க்ரஸ் கூட்டத்தில் இவ் விஷயத்தில் உறுதியான முடிவு செய்யப்படுமென்று கருதுகிறேன். எகிப்து தேசம் விடுதலை யடைந்து விட்டது. பாரத தேசத்தில் ஸ்வராஜ்யமாவது வரக்கூடாதா? இதற்குப் பாடுபடாத பாரத குமாரரை மனிதரோடு சேர்த்துக் கணக்கிடலாமா?

வேறு உபாயங்களைக் காணவில்லை. ஸ்ரீமான் காந்தியின் வழி யொன்றுதான் இப்போது சரியாகத் தெரிகிறது. ஸ்ரீமான் காந்தியின் கொள்கையைப் பெரும் பகுதியான காங்க்ரஸ் கமிட்டிகள் அங்கீகாரம் செய்து விட்டன. அனுஷ்டான முறைகளைப் பற்றித்தான் அபிப்பிராய பேதங்கள் இருந்து வருகின்றன. அவ்விதமான அபிப்பிராய பேதங்க ளெல்லாம் சமீபத்தில் கல்கத்தாவில் நடக்கப்போகிற பாரத ஜனஸபையின் விசேஷக் கூட்டத்தில் ஸமரஸப்பட்டு இந்தியா முழுதும் ஒத்துழையாமையைக் கைப்பற்றுதலே உய்யும் வழி. இதைத் தவிர வேறு வழியில்லை.

~~

21

தென் இந்தியா வியாபாரம்

நாம் தமிழர்க்குள்ளே வழங்குதற்குரிய பத்திரிகையில் எழுதுகிறோ மாதலால், மேலே நமது மகுடத்தைத் தென் இந்தியா என்னும் அடைமொழியால் வரையறைப்படுத்த நேர்ந்தது.

எனினும், நாம் கீழே சொல்லப்போகிற விஷயங்களிற் பெரும்பகுதி தமிழ்நாட்டு வியாபாரத்துக்கே சிறப்புற ஒவ்வுமெனினும், பொதுப்படையாக இந்தியா தேச முழுமையின் வர்த்தக நிலைக்கும் பொருந்தும்.

நமது வியாபாரத்தின் தற்கால நிலைமையைக் குறித்து அதிகம் பேச இடமில்லை. வியாபாரத் துறையில் ஜெர்மனி, அமெரிக்கா, ஜப்பான், இங்கிலாந்து, பிரான்ஸ் முதலிய தேசங்களைச் சுண்டு விரலில் வைத்து ஆட்டக்கூடிய இயற்கைப் பொருள்வளமும், தொழிலாளர் தொகுதியும் நமது நாட்டில் மலிந்து கிடக்கின்றன. மேலும், அன்ய தேசத்தார்கள் நமது நாட்டை எத்தனையோ நூற்றாண்டுகளாகப் பொதுமையிலும், சென்ற மூன்று நூற்றாண்டுகளில் விசேஷமாகவும், மீட்டும் மீட்டும் சட்டத்துக்கு விரோதமாகவும் சட்டப்படிக்கும், சொற்பத் தொகைகளாகவும், தனிப் பொக்கசங்களாகவும், கணக்கு முறை பற்றிய வருஷாந்த – மாஸாந்த வஸூல்களாகவும்

---

* *தனவைசிய ஊழியன்:* 15–10–1920, ப. 7, 28–10–1920, ப. 7. *கால வரிசைப்படுத்தப்பட்ட பாரதி படைப்புகள்*, பன்னிரண்டாம் தொகுதி, பக். 27–34.

கொள்ளையிட்டுக் கொள்ளையிட்டுக் கொள்ளையிட்டு நமது செல்வங்களை யெல்லாம் வற்றடித்துக் கொண்டு போய்விட்டன ரென்பது மெய்யே யாயினும், இன்னும், இன்றைக்குங்கூடப் பெரிய வியாபாரங்கள் செய்து வெற்றியடைதற் கவசியமான முதற் பணம் நமது தேசத்தில் இல்லாமற் போய்விடவில்லை.

இந்த ஸௌகர்யங்கள் மிகவும் விசேஷமாக இருந்தும், நமக்குள் வியாபாரத் துணிவும், நல்ல வியாபாரத்துக் கின்றி யமையாததாகிய புதுமைத் தேட்டமும் இல்லாதபடியால், இந்த வியாபாரம் என்ற யுத்தரங்கத்தில் நாம் பிற நாட்டு வியாபாரிகளிடம் தோற்புண்டு, அவர்கள் காலடியிலே குற்றுயிருடன் படுத்துக் கிடக்கிறோம்.

தைரியமில்லாத மனிதர்களைப் பேடிகளென்று சொல்வோமானால், அதனால் யதார்த்தப் பேடிகளுக்கு அவமானமேற்படும். ஏனென்றால், இயற்கைப் பேடிகள் கடவுளாலே ஒரு அம்சத்தில் பங்கத்துடன் பிறப்பிக்கப்பட்டார்களே யல்லது தங்களைத் தாங்களே ஸகல அம்சங்களிலும் எப்போதும் பங்கப்படுத்திக் கொள்ளவில்லை.

தைரியமில்லாதவர்கள் எப்போதும் எந்த அம்சத்திலும் தங்களைத் தாங்களே பங்கப்படுத்திக் கொள்கிறார்கள். "மனித ஜாதியார்களில் அத்தனை பேருமே தைர்யமில்லாத கோழைகள்" என்று ஒரு பிரெஞ்சு வித்வான் அபிப்பிராயப்படுகிறார். ஐம்புலங்களாலேனும், அதனிலுங் குறைந்த தொகைப்பட்ட புலன்களாலேனும், ஸம்ஸார பந்தத்துக்குட் படுத்தப்பட்ட ஜீவர்களனைவருமே கோழைகள்தாமென்று நம்முடைய தேசத்து சாஸ்த்ரங்கள் சொல்லுகின்றன. எனினும், கோழைக்குக் கோழை வேற்றுமை யுண்டென்று நான் நினைக்கிறேன்.

சிங்கத்தோடும், எரிமலையோடும், ஸூர்யனோடும் ஒப்பிட்டு நோக்குமிடத்தே எல்லா மனிதரும் பலங்குறைந்தவரே யாவர். இருந்தபோதிலும், மனிதருக்குள்ளே ஒருவன் பலவானென்றும், ஒருவன் பலஹீனனென்றும் பிரித்துக்காட்ட இடமிருக்கிற தன்றோ?

அதுபோல், எல்லா மனிதரும் கோழைகளாக இருந்தாலும், தென் இந்தியா வியாபாரிகள் கோழையிலும் கோழை; வடிகட்டின கோழைகள். இன்றைக்கில்லை; (இன்றைக்கு நிலைமை செம்மைப்பட்டு வருகிறது) சென்ற ஐந்நூறு வருஷங்களாகவே இப்படியாய் விட்டது. பண்டைக் கதைகளை விரித்துச் சொல்லி வருத்தப்படுவதிலே பயனில்லை. இனிமேல் நடக்க வேண்டிய விஷயத்தைக் கவனிப்போம்.

இந்த க்ஷண முதலாகத் தென்இந்தியா வியாபாரிகளாகிய நாமெல்லோரும், கடவுளின் நாமத்தை த்யாநித்து, 'நாம் வீர சிங்கங்கள், கோழைக ளல்லோம்' என்று நம் மனதைத் திடப்படுத்திக் கொள்ளவேண்டும். "நீ எப்படி ஆகவேண்டுமென்று விரும்புகிறாயோ, அப்படியே ஆய்விடுகிறாய்" என்று வேதம் சொல்லுகிறது. நம்மை நாமே கோழைக ளென்றும், பயங்கொளிகளென்றும் மதித்தால், நாம் அங்ஙனமே யாவோம். நம்மை நாம் வீர சிங்கங்களாக மதித்தால் அங்ஙனமே யாவோம்.

சோம்பரை உதறித் தள்ளி, பயத்தை அளியாமல், ஊக்கத்தையும், விடா முயற்சியையும், ஒழுங்கான நித்யமான இடையற லில்லாத ரஜாவை விரும்பாத ஓய்வு நாளைத் தேடாத ஸந்தோஷத்துடன் கலந்த உழைப்பையும், ஸர்வ ஜனங்களிடத்திலும் அன்பையும், உண்மையையும், நேர்மையையும் கொண்டு ஆபத்துக் காலங்களிலே கலங்காத நம்பிக்கையுடன் வேலை செய்வதே சரியான வைசிய குல திலகனுக்கு லக்ஷணம். மற்றோர் வைசியப் பதர்கள்.

தென் இந்தியாவின் வியாபார நிலையைக் கைதூக்கி விடவேண்டுமானால், அதற்கு முதல் ஸாதனங்கள் விஸ்தாரமான இரும்புத் தொழிற் பயிற்சியும், யந்திரத் தொழிலின் அபிவிருத்தியுமே. ஸகல பதார்த்தங்களும் யந்திரங்களாலே செய்யப்படுகின்றன.

பூமண்டலத்து வியாபாரச் சந்தைகளிலே, பெரும்பான்மையான வியாபாரப் பண்டங்களின் விஷயத்தில், யந்திரங்களில் செய்த பண்டங்களும் சாமான்களும் வெறுங் கையால் செய்த பண்டங்களையும் சாமான்களையும் வென்று இருந்த இடந் தெரியாமல் செய்துவிடும். இது நிச்சயத்திலும் நிச்சயத்திலும் நிச்சயம்.

ஆதலால், நமது தேசத்தில் யந்திரத் தொழிற் பயிற்சி உடனே உடனே உடனே விஸ்தாரமாகத் தொடங்கப்பட வேண்டும். பிள்ளைகளுக்கு யந்திர சாஸ்த்ரக் கல்வி கற்பித்துக் கொடுக்க வேண்டுமென்று ஸர்க்கார்க் கச்சேரியிலும், காங்க்ரஸ் ஸபையிலும் அடிக்கடி அடிக்கடி தீர்மானங்கள் செய்து கொண்டிருப்பதில் பிரயோஜனமில்லை. யந்திரக் "கல்வி" விஷயம் பின்னே பார்த்துக் கொள்ளலாம். யந்திரத் தொழிற் பயிற்சி உடனே தொடங்கிவிடலாம்.

பிரான்ஸ், ருஷியா, ஜெர்மனி, ஜப்பான், இங்கிலாந்து, அமெரிகா முதலிய தேசங்களிலிருந்து உயர்ந்த சம்பளம் கொடுத்து நூற்றுக்கணக்காக நிபுணர்களைத் திரட்டிக் கொண்டுவர வேண்டும். நம்முடைய யந்திரசாலைகளில் வேலை

செய்யும்போதே, அவர்கள் தமிழ் கற்றுக்கொண்டு நம்மில் சிலருக்குக் குறிப்பிட்ட வருஷங்களுக்குள்ளே, அந்தத் தொழிலைக் குறைவு சிக்கலின்றி நன்றாகக் கற்பித்துக் கொடுத்து விட வேண்டு மென்பதை ஒப்பந்தத்தில் ஒரு கட்டாய நிபந்தனையாகச் சேர்க்கவேண்டும்.

ஏராளமான முதற் பணம் போட வேண்டும். சகல வியாபார பதார்த்தங்களும் யந்திரங்களாலே செய்யப்படுகின்றன. எனவே, எல்லா வகை வியாபாரங்களுக்கும் தொழில்களுக்கும் வேண்டிய யந்திரங்கள் பண்ணி விற்பதே எல்லா வியாபாரங்களுக்கும் மூல வியாபாரம்; தாய் வியாபாரம்.

இந்த மூல வியாபாரம் எத்தனைக் கெத்தனை வெற்றியும் மேன்மையும் எய்துகிறதோ அத்தனைக் கத்தனை மற்ற வியாபாரங்களும் பெருகும்.

இந்த மூல வியாபாரத்தின் நிலைமை தற்காலம் தமிழ்நாட்டில் சுத்த பூஜ்யமாக இருக்கிறது. இந்த வியாபாரத்துக்கு ஏராளமான முதற் பணம் வேண்டும். இந்தியா தேசத்தாரின் இயல்பை நோக்குமிடத்தே நம்மவருக்கும் "ஜாய்ன்ட் ஸ்டாக்" கம்பெனிக ளென்ற கூட்டு வியாபார முறைக்கும் நல்ல பொருத்தமில்லை யென்று தோன்றுகிறது.

இந்தியாவில் விசேஷமாகத் தென் இந்தியாவில், நூற்றுக் கணக்கான பங்காளிகளிடம் பங்கு சேர்த்து நடத்தப்பட்ட "லிமிடெட் கம்பெனி"களிலே பெரும் பகுதி மிகவும் "லிமிடெட்" (சுருங்கிய) ஆயுசுடையனவாய் மடிந்துபோவது காண்கிறோம்.

பொது ஜனங்களிடம் வறுமை மிகுதியாக இருப்பதால் நூற்றுக் கணக்கான பிச்சைக்கார முதலாளிகள் சேர்ந்து "லிமிடெட் கம்பெனி" நடத்துவதில் மிக எளிதாகச் சோர்வுகளும் உட்போராட்டங்களும் பொறாமைகளும் புகுந்து விடுகின்றன.

ஆதலால், யந்திர வியாபாரம் தொடங்குவதற்கு ஆரம்பத்திலே தனித் தனிச் செல்வரேனும் அல்லது சுருக்கமாக, நாலைந்து செல்வர்களின் கணங்கள் சேர்ந்தேனும் முதற் பணம் போட முன்வர வேண்டும். இன்னும் ஏழெட்டு வருஷங்களுக்குள்ளே தேசத்தின் பொருள் நிலை நிச்சயமாக மாறிவிடும். பொது ஜனங்களிடையே செல்வத்தின் பரவுதல் ஏற்பட்டுவிடும். அப்பால் நாம் "ஜாயின்ட் ஸ்டாக்" கம்பெனிகள் நடத்துவது கஷ்டமாக இராது.

இப்போதுள்ள நிலைமையில் செய்யவேண்டிய காரியம் நாம் மேலே சொல்லியபடி, தனித்தனிச் செல்வர் அல்லது

பத்துக்குட்பட்ட சிறு தொகையாலமைந்த செல்வரின் தொகுதிகளைக் கொண்டு முதல் போட்டு, ஏராளமான – லக்ஷக்கணக்கான முதல் போட்டு, கூடிய வரை இலேசான யந்திரங்கள் செய்யத் தொடங்க வேண்டும்.

மிகச் சிறு யந்திரங்களை வேண்டி மிகப் பெருமுதற் போட்டு வியாபாரந் தொடங்குதலே ஆரம்பத்துக்குப் பொருந்திய முறை. இரும்பும் நிலக்கரியும் பிற நாடுகளிலிருந்து மிக ஸுலபமாக இறக்குமதி செய்து கொள்ளலாம். நிபுணர்களை வரவழைப்பதிலேதான் மிகவும் ஜாக்ரதையாக வேலை செய்ய வேண்டும்.

மெய்யாகவே கார்யத்தில் ஸமர்த்தர்களும், நம்மிடத்தில் உண்மை செலுத்தக் கூடியவர்களும், இங்குள்ள நம்மவர்க்குக் குறிப்பிட்ட வருஷ எல்லைக்குள்ளே தமது வித்தை முழுதையும் உணர்த்தக்கூடியவர்களும், அங்ஙனம் செய்ய ஒருப்படக் கூடியவர்களும் நமக்கு ஐரோப்பாவிலிருந்து கிடைப்பதைக் காட்டிலும், அமெரிக்காவிலிருந்து கிடைப்து ஸுலபமென்று நினைக்கிறோம்.

இந்த யந்திரத் தொழிலுக்கு நிலக்கரியின் ஸ்தானத்திலே விறகு, மரக்கரி வகைகளை உபயோகப்படுத்தவும் 'ஸயன்ஸ்' பண்டிதர்கள் மூலமாகத் தந்திரங்கள் கண்டுபிடிக்க முயற்சி செய்தல் மிகவும் அவசியம். நமது நாட்டில் வனம் ஏராளம். நிலக்கரி குறைவு. நமக்குத் தகுந்த வழியைத்தானே நாம் தேடவேண்டும்? நிலக்கரி யத்தனை சக்தியும் பொதுமையு முடையதாக மரத்தைப் பண்படுத்துதலில் முயற்சி செய்தால் கைகூடுமென்றே தோன்றுகிறது. எப்படிக்கும் நிலக்கரியை விட்டு விறகுகளால் வேலை செய்வதே இந்தியாவுக்கு ஸாத்யம். அதில் ஏற்படக்கூடிய சொற்ப ஸங்கடங்களை சாஸ்த்ர சக்தியால் நிவாரணம் செய்தல் நம்முடைய கடமையாகும்.

தவிரவும், நிலக்கரிகூட நன்றாகச் சோதனை பண்ணுமிடத்தே நமது நாட்டில் ஏராளமாகக் கிடைக்கக் கூடுமென்று தோன்றுகிறது. உலோகச் செல்வங்களையும், கனிச் செல்வங்களையும், தன் மற்றக் கீழ்த்தரைச் செல்வங்களையும் பாரதமாதா அன்னியருக்கு இதுவரை மிகவும் சொற்பமாகவே காண்பித்திருக்கிறாள்.

மண்ணுக்கும் ஒருவித போதமுண்டு. இதுவரை அன்னிய தேச நிபுணர்கள் வியாபாரார்த்தமாக இந்தியாவில் தரைக்குக் கீழேயுள்ள செல்வங்களை நிர்ணயித்த பிரதேசம் மிக மிக மிகச் சிறியது. இது நிற்க.

மனமுண்டானால் வழியுண்டு. தென் இந்தியாவில் யந்திர வியாபாரத்தை ஸ்தாபனம் செய்ய வேண்டுமென்று நம்மவர் மனதில் ஒரே உறுதியாகக் கொண்டால், இந்நோக்கத்தை மிக விரைவில் நிறைவேற்றி விடலாம். இது ஜயித்தால், பிறகு ஸகல வியாபாரங்களும் ஜயிக்கு மென்பது சொல்லாமலே விளங்கும்.

இனி, யந்திரங்களால் வேலை செய்வதைக் காட்டிலும் வெறுங்கையால் செய்யும் தொழில்களையே நம்மவர் ஆதரிக்க வேண்டுமென்று மஹாத்மா காந்தி முதலியோர் சொல்வதின் காரணம், நோக்கம் என்பவற்றை ஆராய்ச்சி செய்து, அவருடைய வழிக்கு நமது வழி எவ்விதத்திலும் முரண்படாதபடி வேலை செய்வதற்குரிய நெறிகளைக் காட்டி மேலே சில வ்யாஸங்க ளெழுதுவோம். இவற்றை நேசர்கள் வெறுமே கதை வாசிப்பதுபோல் வாசித்துவிட்டு அப்பால் காயிதத்தைத் தூர எறிந்துவிடாமல், இந்த விஷயம் தமிழ் ஜனங்களுடைய – பாரத மாதாவினுடைய வயிற்றுச் சோற்றுக்கும், உடுக்கத் துணிக்கும், மரியாதையான வாழ்வுக்கும் மூலாதாரமான விஷய மாதலால், இது நிறைவேறுவ தெப்படி யென்பதைக் குறித்து நம்மவர் விரைவில் யோசனை செய்து முடித்துக் காரியத்திலே கைபோடுவார்க ளென்று மிகுந்த ஆவலுடன் எதிர்பார்க்கிறோம்.

~~

22

விநோதக் கொத்து

தியாகராஜ செட்டியாரின் மூட்டை

மஹாத்மா – காந்தி !.... மகாத்மா காந்தி என்ற பெயரை ஸ்மரித்த மாத்திரத்தில் எனக்கு, நான் இங்கு சொல்லப்புகுந்த கதையை விட்டு விட்டுப் பிறிதோர் உபு கதை ஞாபகத்துக்கு வருகிறது. சில தினங்களின் முன்பு, மலையாளத்தில் கூடிய ஸபையொன்றில் நம்முடைய மிதவாத நண்பர் ஸ்ரீமான் ஸ்ரீநிவாஸ சாஸ்த்ரியார் பேசியபோது 'மிஸ்டர் காந்தி, மிஸ்டர் காந்தி' என்று சொல்லியதாகவும், ஸபையார் ஒவ்வொரு ஸமயமும் "மஹாத்மா காந்தி" யென்று சொல்லும்படி கூக்குரலிட்டு வற்புறுத்தியதாகவும், அதற்கெல்லாம் ஸ்ரீமான் சாஸ்த்ரி பலவித ஸமாதானங்கள் செய்து கொண்டு வந்து கடைசி வரை மஹாத்மா என்று சொல்ல மறுத்து விட்டதாகவும் பத்திரிகைகளில் வாசித்தேன். 'நாராயண' என்னும் பதத்தை உச்சரிப்பதில் ஹிரண்யனுக்கிருந்த கஷ்டம் "மஹாத்மா" என்பதில் ஸ்ரீமான் சாஸ்த்ரிக்கு உண்டாவதாகத் தோன்றுகிறது. ஸ்ரீமான் காந்திக்கும் ஸ்ரீமான் சாஸ்திரிக்கும் அபிப்பிராய பேதமிருக்கலாம். மேலும், மஹாத்மா காந்தியின் பெயரை உச்சரிக்கும் போதெல்லாம் ஒவ்வொருவனும் "மஹாத்மா" என்று சொல்லுதல் அவசியமென்று நான் பேசவில்லை. ஸபையார் விரும்பிக் கேட்குமிடத்தே நம் நாட்டு தேசாபிமானியொருவருக்கு ஒரு உயர்ந்த பட்டம் கொடுப்பதில்

---

* *சுதேசமித்திரன்:* 22–11–1920, ப. 6.

நாமேன் திகைக்க வேண்டுமென்று நான் கேட்கிறேன். இது நிற்க. தியாகராஜ செட்டியாரின் மூட்டையை அளந்து பார்ப்போம்:

நவம்பர் 13–ந் தேதி சனிக்கிழமை ‘ஜஸ்டிஸ்’ பத்திரிகையில், 5ஆம் பக்கத்தின் முதற் பத்தித் தலைப்பிலே பார்த்தீர்களானால், நீங்கள் பிறந்தது முதல் இன்று வரை, எங்கும் பார்த்திராத, கேட்டிராத, கனவு கண்டுமிராத அபத்தமொன்றை ஸந்திக்கலாம். ஒரு பத்தியிலே காற் பங்கு; சிறிய கடிதந்தான். அந்தக் கடிதத்துக்குள்ளே ஸ்ரீமான் பி. தியாகராஜ செட்டியார் என்ற “அல்லாதார்” தலைவர், வெகு விசித்திரமான வேலை செய்திருக்கிறார். “கடுகைத் தொளைத்தேழ் கடலைத் திணித்துக் குறுகத் தரித்த குறள்” என்று நம் முன்னோர் திருக்குறளைப் பற்றி வியந்து பேசி யிருக்கிறார்கள். அதாவது, ஒரு சிறிய கடுகைத் தொளைசெய்து, அதற்குள்ளே எழு கடலைத் திணிப்பது போல், மிகவும் வடிவு குறுகிய குறட் பாட்டுக்குள் அதி விஸ்தாரமான அர்த்தங்களைத் திருவள்ளுவர் புகுத்திருக்கிறா ரென்றவாறு. இந்த ‘ஜஸ்டிஸ்’ பத்திரிகையின் காற் பத்தி யிடத்துக் குள்ளே நம்முடைய வீரச் செட்டியார் பதினான்கு கடல்களில் நிரப்பி வைக்கக் கூடிய அபத்தத்தைக் குறுக்கித் திணித்து வைத்திருக்கிறார்.

முதலாவதும் முக்யமானதும் ஆச்சர்யகரமுமான பொய் யாதென்றால், ஒத்துழையாமைக் கக்ஷியை காந்தி உண்டாக்கியது, வட இந்தியா விஷயத்தில் எங்ஙனமாயினும் தென் இந்தியா ஸம்பந்தப்பட்ட வரை பிராமணரல்லாதாரை வாக்குச் சீட்டுப் போடாமல் நிறுத்தி, பிராமணரைச் சட்ட சபைகளிலே நிரப்ப வேண்டுமென்ற நோக்கத்துடனே யாகுமென்று ஸ்ரீமான் செட்டியார் சொல்லுகிறார். இன்னும் அந்த ஒற்றைச் சிறு கடிதத்தினுள்ளேயே எத்தனையோ அபத்தங்கள் நிரம்பிக் கிடக்கின்றன. அவற்றையெல்லாம் ஆராய்ந்து பார்ப்பதில் அதிகப் பயனில்லை. ஒரு பானை சோற்றுக்கு ஒரு பருக்கை பதம் பார்த்தால் போதாதா? ராஜரீக விஷயங்களில் இந்த மாதிரி அபாண்டமான வார்த்தைகள் சொல்லும் வழக்கம் கிடையாதாகையால் இவர் கீழ்த்தர ஆங்கிலேய, ஆங்கிலோ – இந்திய ராஜ தந்த்ரிகளைத் தமக்கு ப்ரமாண புருஷராக மதித்து, அவர்களுடைய முறைமைகளில் பழக்க மெய்தியபடியாலேதான் இவருக்கு இத்தகைய இயற்கை ஏற்பட்டதென்று நான் நினைப்பது தவறில்லை யென்பதை இங்கொரு திருஷ்டாந்த மூலமாகக் காட்டுகிறேன். அதனை இதற்கடுத்த மகுடத்தின் கீழே காண்க.

~~

23

‘சுதேசமித்திரன்’ பத்திரிகையும் தமிழ்நாடும்

வடக்கே, ஸ்ரீகாசியினின்றும், தெற்கே தென்காசியினின்றும் இரண்டு தினங்களின் முன்னே, இரண்டு கடிதங்கள் என் கையில் சேர்ந்து கிடைத்தன. அவையிரண்டும் சிறந்த நண்பர்களால் எழுதப்பட்டன. அவற்றுள் ஒன்று “பஹிரங்கக் கடிதம்”. மற்றது ஸாதாரணக் கடிதம். ஆனால், இரண்டிலும் ஒரே விஷயந்தான் எழுதப்பட்டிருக்கிறது; ஒரே விதமான கேள்விதான் கேட்கப்பட்டிருக்கிறது. அதே கேள்வியைச் சென்னையிலுள்ள வேறு சில நண்பர்கள் என்னிடம் நேராகவும் கேட்டனர். இந்த நண்பர்களுக்கெல்லாம் இங்கு பொதுவாக மறுமொழி யெழுதி விடுதல் பொருந்துமென்றும், அவர்களுக்கு இஃது திருப்தி தருமென்றும் நினைக்கிறேன். இவர்களெல்லாரும் என்னிடம் கேட்கும் கேள்வியின் சுருக்கம் பின்வருமாறு:

“ஒத்துழையாமை விஷயத்தில் உம்முடைய முடிவான கொள்கை யாது? ‘சுதேசமித்திரன்’ பத்திரிகை ஒத்துழையாமையை பகிரங்கமாகவும் முடிவாகவும் எதிர்க்காவிடினும், அதில் உள்ளூர அபிமானமில்லாதது போல் காணப்படுகிறதே? அப்படியிருக்க, நெடுங்காலத்து தேசாபிமானியாகிய நீர் இந்த ஸமயத்தில் அப் பத்திரிகையில் வேலை செய்ய அமர்ந்தது நியாயமா?” என்று கேட்கிறார்கள்.

---

* சுதேசமித்திரன்: 30–11–1920, ப.8.

இவர்களுக்கு நான் தெரிவிக்கும் உத்தரம் பின்வருமாறு. தென் இந்தியாவில் தேசீயக் கக்ஷிக்கு மூல பலமாகச் 'சுதேசமித்திரன்' பத்திரிகை யொன்றுதான் ஆரம்ப முதல் இன்று வரை, ஒரே நெறியாக, நிலைதவறாமல் நின்று வேலை செய்து கொண்டு வருகிறதென்ற செய்தியைத் தமிழ்நாட்டில் யாரும் அறியாதாரில்லை. ஸமீபத்தில் நடந்த கல்கத்தா விசேஷ காங்கிரஸ் தீர்மானங்களில் ஒன்றின் விஷயத்தில் மாத்திரம் ஸ்ரீமான் 'சுதேசமித்திரன்' பத்திராதிபர், பெரும்பகுதியாரின் தீர்மானம் இப்போது கார்யத்தில் நிறைவேற்ற முடியாதென்று சொல்லும் ஸ்ரீயுத விபின சந்த்ர பாலர், சித்த ரஞ்ஜன தாஸர் முதலிய பழுத்த தேசாபிமானத் தலைவர்களின் கொள்கையை ஆமோதிக்கிறார். ஒத்துழையாமையைத் தவிர தேச விடுதலைக்குச் சரித்திர பூர்வகமான வேறு வழிகள் இருக்கின்றன. இந்த ஒத்துழையாமை முறையையே மிகவும் உக்ரமாகவும், 'தீர்வை மறுத்தல்' முதலிய அதன் இறுதிப் படிகளை உடனே உட்படுத்தியும் அனுஷ்டித்தால், ஒருவேளை அன்ய ராஜாங்கத்தை ஸ்தம்பிக்கச் செய்வதாகிய பயன் அதனால் விளையக்கூடும்.

எனிலும், இப்போது காண்பிக்கப்பட்டிருப்பதாகிய முதற் படியின் முறைகளால் அந்தப் பயன் எய்துவது ஸாத்யமில்லை. தேசாபிமானிகள் மாத்திரமே சட்ட ஸபை ஸ்தானங்களை பஹிஷ்காரம் செய்ய, மற்ற வகுப்பினர் அந்த ஸ்தானங்களை யெல்லாம் பிடித்துக் கொள்வதினின்றும் இந்தியாவில் ஆங்கில ஆட்சியை ஸ்தம்பிக்கச் செய்தல் அரிதென்று தோன்றுகிறது. இங்ஙனமே வக்கீல்கள் தம் உத்யோகங்களையும், பிள்ளைகள் படிப்பையும் விடும்படி செய்தல் இப்போது நம்மால் முற்றிலும் ஸாதிக்க முடியாத விஷயமாகத் தோன்றுவதுடன், அதனால் குறிப்பிட்ட பயனெய்தி விடுமென்று தீர்மானிக்கவும் இடமில்லை.

என்னுடைய சொந்த அபிப்பிராயப்படி: ஸ்வதேசீயக் கொள்கைகளை மேன்மேலும் தெளிவாகவும், உறுதியாகவும்; ஜனங்களுக்குள்ளே ப்ரசாரம் புரிவதும்; ராஜரீகச் சதுரங்க விளையாட்டில், ஸமாதானமாகவே எதிரி கலங்கும்படியானதோர் ஆட்டமாடி, ஸரியான ஸமயத்தில் ஸ்வராஜ்யத்தைத் தட்டியெடுத்துக்கொள்ள முயற்சி புரிவதுமே, சரித்திர ஸம்மதமான உபாயங்களாகும். இந்த முறையில் ஜனங்கள் சட்டத்தை யுடைக்கவும், அதிகாரிகள் யந்திர பீரங்கிகளை வைத்துக்கொண்டு ஜனங்களைச் சூறையாடுவதும் நேருமென்ற ஸம்சயத்துக் கிடமில்லாமலே வேலை செய்ய முடியும். ஏனைய முறைகள் நாட்டைக் குழப்பத்திலே கொண்டு சேர்க்கவும் கூடும். ராஜ வீதி யிருக்கையிலே சந்து, பொந்துகளின் வழியாக ஏன்

தொகுப்பும் பதிப்பும்: ய. மணிகண்டன்

செல்ல வேண்டும்? குழப்பம் சிறிதேனும் நேராதபடிக்கே, நமக்கு ஸ்வராஜ்யம் கிடைக்கும்படி கால தேச வர்த்தமானங்களும், தெய்வ சக்தியும் நமக்கனுகூலமாக இருப்பது வெளிப்படையாகவும் நிச்சயமாகவும் தெரியும்போது, பல இந்தியருக்குப் பிராணச் சேதமும் மற்றப் பெருஞ் சேதங்களும் விளைக்கக்கூடிய குழப்ப வழியில் நாமேன் போக வேண்டும்? ஸ்ரீமான் காந்தியின் கூட்டத்தாரும் உண்மையாகவே தேச நலத்தை விரும்பு கிறார்களாதலால், 'சுதேசமித்திரன்' பத்திரிகை அவர்களை எவ்வகையிலும் புண்படுத்த மனமில்லாமல், ஸ்வ ஜனங்க ளென்ற அன்பு மிகுதியால் அவர்களை இயன்றவரை ஆதரித்துக் கொண்டும் வருகிறது. அபிப்பிராய பேத முடையவர்களும் தேசாபிமானிகளாக இருப்பாராயின், அவர்களை நாம் மிக மதிப்புடன் நடத்த வேண்டுமென்ற நியாயத்துக்கு, இத்தருணத்தில், 'சுதேசமித்திரன்' பத்திரிகை ஓரிலக்கியமாகத் திகழ்ந்து வருகிறது. இங்ஙனம் பெருந்தன்மை பாராட்டும் பத்திரிகையைக் கூட மஹாத்மா காந்தியின் புது முறையை முற்றிலும் அனுஷ்டித்துத் தீர வேண்டுமென்ற கருத்துடைய என் நண்பர் சிலர் பொறுமையும், தீர்க்காலோசனையு மின்றிப் பல வழிகளிலே பழி கூறி வருவதைக் காணுமிடத்து எனக்கு மிகுந்த மன வருத்த முண்டாகிறது. தேச பக்தர்களுக்குள்ளே முடிவான கொள்கைகளைப் பற்றியன்று; வெறுமே தற்கால அனுஷ்டானங்களைப் பற்றி அபிப்பிராய பேத முண்டாகும்போது, உடனே பரஸ்பரம் ஸம்சயப்படுதலும், பழி தூற்றுதலும் மிகக் கொடிய வழக்கங்களென்று நான் நிச்சயமாகவே கூற வல்லேன். இந்த நிலைமை என் மனதில், சில வைஷ்ணவர்களுக்குள்ளே வடகலை, தென்கலைச் சண்டைகள் நடப்பதையும்; வீடு வெள்ளை பூசுதல் விஷயமான ஓரபிப்பிராய பேதத்தைக் கொண்டு தமக்குள்ளே சண்டை செய்து பிரியும் மதி கெட்ட ஸ்திரீ புருஷரின் நடையையும் நினைப்புறுத்துகிறது.

இந்த குணத்தை நம்மவர் அறவே விட்டொழித்தாலன்றித் தற்காலம் இந்தியா இருக்கும் நிலையில், நாம் விடுதலைக்காகப் பொது முயற்சி செய்வதில் பல இடுக்கண்கள் விளையக் கூடும். எடுத்ததற்கெல்லாம் ஜாதிப்ரஷ்டம் செய்யத் தீர்மானிக்கும் குணத்தை நாம் ராஜாங்க விஷயங்களில் செலுத்தினால், பெருங் கேடுகள் வந்து குறுக்கிடும். "உன் வழி உனக்கு; என் வழி எனக்கு; இந்தியாவுக்கு உடனே ஸ்வராஜ்யம் வேண்டுமென்ற லக்ஷயத்தில் நீயும் நானும் ஒன்றுபட்டிருக்கிறோம். எனவே, நாம் பரஸ்பரம் இயன்ற வரையிலெல்லாம் உதவிசெய்து கொள்ளக் கடவோம். உதவி புரிதல் இயலாத இடத்தே வெறுமே இருப்போம். ஆனால், எக்காரணம் பற்றியும், நம்முள் பகைக்கவேனும், பழி கூறவேனும், ஸம்சயப்படவேனும், வேறெவ் வகையிலும் இடுக்கண்

புரியவேனும் ஒருபோதும் மாட்டோம்” என்ற பரஸ்பர உணர்ச்சி தேச பக்தர்களுக்குள் எப்போதும் குன்றாதிருக்க வேண்டும்.

இவ்வித உணர்ச்சி நம்மவருள் பலப்பட்டு ‘சுதேசமித்திரன்’ முதலிய மேன்மையார்ந்த கருவிகளைப் போற்றிக் கையாணடு, நம்மவ ரெல்லாரும் கூடி முயன்று, பாரதமாதாவின் ராஜரீக விலங்குகளை நீக்கி, விடுதலை யேற்படுத்திக் கொடுக்கப் போகிற ஸுதினம் – நல்ல நாள் – எப்போது வரப்போகிற தென்பதை ஒவ்வொரு நிமிஷமும் மிக ஆவலுடன் எதிர்பார்த்து நிற்கிறேன்.

~~

24

உலக விநோதங்கள்

நன்றி மறவாமை

"தீயினாற் சுட்டபுண் உள்ளாறும்; ஆறாதே
நாவினாற் சுட்ட வடு"

என்றார் திருவள்ளுவர். ஆதலால், ராஜ்ய தந்த்ரிகளாகவும் ராஜரீக உபந்யாஸகராகவு மிருந்து தேசத்துக்கு நன்மை செய்ய விரும்புவோர் சொற்களை உபயோகப்படுத்தும் விதத்தில் மிகவும் ஜாக்ரதை செலுத்த வேண்டும். தேச விடுதலைக்கு முதலாதாரம் தேச ஐக்ய மென்பது குழந்தைகளுக்குங்கூடத் தெரிந்த விஷயம். அதிலும், தேசீயக் கக்ஷியாருக்குள்ளே பலமான ஐக்ய உணர்ச்சி யிருத்தல் இன்றியமையாதது. ஆதலால், தேசீயவாதிகள் தம்முள் கருத்து மாறும்போதும், கண்டனம் செய்தல் அவசியமாகத் தோன்றும்போதும் தம் இனத்தாரை மாறாத மன வருத்தத்துக்குட்படுத்தக் கூடிய கடூர பாஷை சொல்வதை முற்றிலும் தவிர்த்து விடுதல் நன்று. சென்ற திங்கட்கிழமை மாலை, நான் திருவல்லிக்கேணிக் கடற்கரையில் நடந்த பொதுக் கூட்டத்துக்குப் போயிருந்தேன். அங்கு ஒரு வாலிபர் ப்ரஸங்கம் செய்தபோது நம்மவர்களில் வயதானவர்கள் தேச ஸேவையைத் துறந்து விட்டார்க ளென்றும், இனி இளைஞர் காப்பாற்றினா லன்றித் தேசம் கதியற்றதாய் விடுமென்றும் தெரிவித்தார். காந்தி சிறு பிள்ளையா?

---

* *சுதேசமித்திரன்:* 9-12-1920, ப.7.

விஜயராகவாசார்யர் சிறு பிள்ளையா? மதிலால் கோஷ் சிறு பிள்ளையா? மதன் மோஹன மாளவியா சிறு பிள்ளையா? நம்முள் வயதேறியவர்கள் தேச பக்தியைத் துறந்து விட்டதாக மேற்கூறப்பட்ட மஹான்கள் இருக்கும்வரை நாம் உச்சரிப்பது சரியா? இந்தியாவின் விருத்தத் தலைவர்களுக்கு யௌவன இந்தியர் செலுத்தும் நன்றி இதுதானா?

~~

தொகுப்பும் பதிப்பும்: ய. மணிகண்டன்

25

ஒளிர்மணிக் கோவை

இந்தியாவுக்குப் பொதுப் பாஷை

இந்தியாவுக்குப் பொதுப் பாஷையாக ஹிந்தியை வழங்கலாமென்று ஸ்ரீமான் காந்தி முதலிய பல பெரியோர் அபிப்பிராயப்படுகிறார்கள். ஆனால், பாரத தேசபக்த சிரோரத்ன மென்று கூறத்தக்க ஸ்ரீமான் அரவிந்த கோஷ் முதலிய வேறு பலர் ஸம்ஸ்க்ருத பாஷையே இந்தியாவுக்குப் பொதுப் பாஷை யென்றும், நாம் அதைப் புதிதாக அங்ஙனம் சமைக்க வேண்டியதில்லை யென்றும், ஏற்கெனவே ஆதிகாலந் தொட்டு, அஃதே நமக்குப் பொதுப் பாஷையாக இயல் பெற்று வருகிறதென்றும் சொல்லுகிறார்கள். திருஷ்டாந்தமாக, ஆங்கிலேயர்களின் ஆதிக்கம் இந்நாட்டில் ஏற்படு முன்னர், தமிழ் நாட்டிலிருந்த ஓர் தமிழரசன் குஜராத்தி லிருந்த ஒரு கூர்ஜர மன்னனுக்குக் கடித மெழுத நேர்ந்தால், எந்தப் பாஷையில் எழுதியிருப்பான்? தமிழில் எழுதுவோ மென்றால், கூர்ஜரத்து மன்னனுக்குப் பொருள் விளங்காது. கூர்ஜரத்தி லெழுதுவது தமிழ் வேந்தனுக்கு ஸாத்ய மில்லை. எனவே, இரண்டு நாட்டுப் பண்டிதர்களும், ராஜ குருக்களும், முக்ய மந்திரிகளும் ஒருங்கே பயிற்சி பெற்றிருந்ததாகிய ஸம்ஸ்க்ருத பாஷையிலேயே அவர்களுக்குள் கடிதப் போக்கு வரவு நடந்த தென்பது உள்ளங்கை நெல்லிக்கனி போல் விளங்குகிறதன்றோ?

---

* சுதேசமித்திரன்: 11–1–1921, ப.5.

26
ரங்கூன் ஸர்வகலா ஸங்க பஹிஷ்காரம்

ரங்கூன் ஸர்வகலா ஸங்கத்தையும், ராஜாங்க உதவி பெற்ற மற்றப் பாடசாலைகளையும், மாணாக்கர் பஹிஷ்காரம் செய்யும்படி நேர்ந்த விருத்தாந்தங்களைக் குறித்து, மிஸ்டர் மோங் தின் மோங் விடுத்திருக்கும் அறிக்கையை நோக்குமிடத்தே, ஸர்க்கார் அறிக்கை பக்ஷபாதமுடைய தென்பது வெளிப்படுகிறது. ரங்கோன் ஸர்வகலா ஸங்கத்தின் நிர்மாண நிபந்தனைகள் ஆக்ஷேபத்துக்கிடமானவை யென்று ஜனங்கள் கூக்குரலிட்டதை அதிகாரிகள் சிறிதேனும் பொருட்படுத்தாமல் நிராகரித்து விட்டு, அந்த நிர்மாணத்தை மிதமிஞ்சிய விரைவுடன் சட்டமாக்கினார்கள்.

இந்த விஷயத்தில் பர்மிய அறிவாளிகள் செலுத்திய ஆத்திரத்தை அதிகாரிகள் கவனிக்கவே யில்லை. இவ்வித அசிரத்தையை பர்மிய அறிவாளிகள் முன்னைப்போலே, ஆட்டுக் குட்டித்தனமாகப் பொறுத்துக் கொண்டிருப்பார்க ளென்று, "ஆகாசத்தி லிருந்து நேராக இறங்கி வந்த" ஆங்கிலேய அதிகாரிகள் தீர்மானம் செய்து கொண்டனர். ஜெர்மனியிலும் ருஷியாவிலுந்தான் காலச் சக்கரம் சுழலுகிற தென்றும், பர்மாவில் சுழலவில்லை யென்றும், ஸ்தம்பித்து நிற்கிறதென்றும் மேற்படி ஆகாச குமாரர்கள் எண்ணினார்கள். ஆனால்,

---
* சுதேசமித்திரன் 18-1-1921, ப.3.

பர்மாவில் காலச் சக்கரம் இங்கிலாந்தைக் காட்டிலும் அதிக வேகமாகச் சுழன்று வந்திருக்கிறது. இந்த விஷயந் தெரியாமல் வழக்கம்போலே அதிகாரிகள் மஹாத்மா காந்தியின் மீது பழி சுமத்தி அவரைத் தூற்றுகிறார்கள்.

பர்மியப் படிப்பாளிகளுக்கும், அதிகாரிகளுக்குமிடையே நிகழ்ச்சி பெற்றிருக்கும் மனஸ்தாபத்தின் ஆதாரம் பின்வருமாறு: பம்பாய் மாகாணத்தைப்போல் பர்மா ஒன்றரை மடங்கு பெரிது. ஆயினும், பர்மா முழுமைக்கும், ரங்கூன் நகர மொன்றிலுள்ள இரண்டே முதல்தரக் கலாசாலைகளிருக்கின்றன. பர்மா முழுமைக்கும் உயர்தரப் பாடசாலைகள் 23; ஆரம்பப் பாடசாலைகள் சுமார் 8000 (எண்ணாயிரம்); பம்பாய் மாகாணத்திலோ 200 (இருநூறு) உயர்தரப் பாடசாலைகளுக் கதிகமே யுள்ளன. ஏறக்குறைய 15,000 (பதினையாயிரம்) ஆரம்பப் பாடசாலைகளிருக்கின்றன.

இந்த நிலைமையில், பர்மா கவர்ன்மெண்டார் ரங்கோன் யூனிவர்ஸிடியை மாகாணத்துக்குப் பொதுவாக்காமல், வஸதி ஸஹிதமாக (ரங்கூன் நகரத்தில் வந்து வஸிப்போருக்கு மாத்திரம் பயன்படும்படி) வைக்க வேண்டுமென்று தீர்மானித்தபோது, ஜனங்களுக்கு வருத்தமுண்டாயிற்று. ஏனென்றால், ஸர்வகலா ஸங்கம் மாகாணத்துக்குப் பொதுவாக இருக்குமாயின், அதன் மூலமாக அதிகப் பிள்ளைகள் கடைத்தேற முடியும். இப்போதுள்ள சட்டப்படி, அதன் கட்டிடத்தில் ஏராளமான பணம் செலவு செய்து கொண்டு வாஸம் செய்யக்கூடிய மிகச் சில மாணாக்கருக்கே அது பயன்படும். வஸதி ஸஹிதமான ஸர்வகலா ஸங்கத்தால் விளையக்கூடிய விசேஷ நன்மைகளை மாணாக்கர் எய்தும்படி செய்வதே நோக்கமெனின்; அப்போது, மாகாண முழுமைக்கும் போதியவாறு ஐம்பது அல்லது நூறு ஸங்கங்கள் ஸ்தாபனம் செய்வதற்குரிய பணச் செலவை ராஜாங்கத்தார் பொறுக்கத் தயாராக இருக்க வேண்டும்.

மேலும், அந்த ஸர்வகலா ஸங்கத்துடன் ரங்கோன் நகரத்திலுள்ள பாடசாலைகளை மாத்திரமே சேர்க்கலாமென்று சட்டம் செய்திருக்கிறார்கள். எனவே, மற்ற எவ்விடத்திலும் முதல்தரக் கலாசாலை ஏற்படுத்தக்கூட வழியில்லாமற் போய்விடும். ஸர்வகலா ஸங்க ஸம்பந்தமில்லை யெனில் முதல்தரக் கலாசாலை ஸ்தாபித்தல் பயன்படாதன்றோ?

ராஜாங்கத்தார் ஜனங்களுக்குக் கல்வியளிக்க வேண்டுமென்ற விருப்பம் உண்மையாகவே உடையோரென்று காண்பிக்க வேண்டுமாயின், மாகாண மெங்கும் ஆயிரக் [கணக்]கான பாடசாலைகளையும், கலாசாலைகளையும் ஸ்தாபித்து, அங்கங்கே

முக்ய நகரங்களில் வஸதி ஸஹிதமான ஸர்வகலா ஸங்கங்களை அமைத்தல் இயலும்படி செய்ய வேண்டும்.

இதையன்றி, ஒரு வருஷ ஆரம்பப் பயிற்சி அதிகமாக வைத்திருத்தல், "ஸெனேட்" ஸபையில் பிரதிநிதித் தன்மை யின்மை, என்ற வேறு சில அம்சங்களிலும் பர்மியப் படிப்பாளிகளின் கொள்கை ஸர்க்கார்க் கொள்கையினின்றும் மாறுபட்டிருக்கிறது.

இந்த அம்சங்களனைத்திலும் பொது ஜனங்களின் நன்மைக்கும் தீர்மானத்துக்கும் தக்கபடி தம்முடைய சட்டத்தை மாற்றிக்கொள்வதே ஜனங்களினிடையே கொழுந்து விட்டெரியும் அதிருப்திக் கனலை அவிக்க வழியாகு மன்றி, மஹாத்மா காந்தியை தூஷணை செய்வதில் அதிகப் பயன் விளையா தென்பதைப் பர்மா கவர்னர் தெரிவாராகுக.

~~

27
ஹாஸ்யம்

தெலுங்க ராஜ்யம்

புதிதாகச் சென்னை நிர்வாஹ ஸபையில் சேர்ந்த பிராமணரும், (பஞ்சமரும், ஐரோப்பியருமாகிய பிறரும்) அல்லாதார் வகுப்பைச் சேர்ந்த மந்திரிகள் தமிழர்களும் அல்லாதார் என்பதைத் தமிழராகிய பிராமணரும் (பஞ்சமரும் பிறரு) மல்லாதார் ஒருவர் என்னிடம் வந்து முறையிட்டார். ஹூம்! இந்த பாஷை சரிப்படாது. நடந்த விஷயத்தை நல்ல தமிழில் சொல்லுகிறேன். தமிழ வேளாள ரொருவர் இப்போது மந்திரிகளாகச் சேர்ந்திருக்கும் ரெட்டியாரும், நாயுடுவும், ஸ்ரீராம ராயனிங்காரும் தெலுங்கர்க ளென்றும், தமிழ் நாட்டிற்குப் பிரதிநிதியாக இவருள் எவருமில்லாமை வருந்தத்தக்க செய்தி யென்றும் என்னிடம் வந்து முறையிட்டார்.

~~

'ஜஸ்டிஸ் பாடம்'

எனக்கு 'ஜஸ்டிஸ்' பத்திரிகையில் வாசித்த வியாஸ மொன்று மேற்படி கதை கூறி வருகையிலேயே ஞாபகத்துக்கு வருகிறது. அதில் அந்த 'ஜஸ்டிஸ்' பத்திராதிபர் "ஹிந்து" பத்திராதிபருக்குப் பல பல ஞானோபதேசங்கள் செய்திருக்கிறார். அவற்றின் மொத்தக் குறிப்பு யாதென்றால், ஆங்கிலேய

---

* சுதேசமித்திரன் 10-2-1921, ப.3.

அதிகாரிகளின் ஆட்சியை இந்த க்ஷணமே பஹிஷ்காரம் செய்துவிட வேண்டுமென்ற "காங்கிரஸ்" கக்ஷியைச் சேர்ந்த பத்திராதிபர் யார் மந்திரியாக வந்தாலும் கவனிக்கக் கூடாதென்பது; அவர்களிடமுள்ள குணதோஷங்களை எடுத்துக் கூறவும், அந்த ஸ்தானத்துக்கு பிறரை சிபார்சு செய்யவும் "ஹிந்து"வுக்குத் தகுதி கிடையாதென்பது.

ஏன் தகுதி கிடையாது? அதைக் குறித்த தர்க்க மெப்படி? "ஹிந்து" ஜனங்களுக்குப் பிரதிநிதி; அதிகாரிகளுக்கு விளக்கு. ஜனங்களுடைய நன்மைக் கிசைந்தவாறு அதிகாரிகள் நடக்கும்படி கவனிக்க வேண்டியது அந்தப் பத்திரிகையின் கடமை. இந்த ராஜாங்கத்தை மாற்றி இதைக் காட்டிலும் தர்மமான ராஜாங்கம் ஸ்தாபிக்க வேண்டுமென்று நாங்கள் முயற்சி செய்கிறோம். இதனிடையே இந்த அதிகாரிகள் எங்கள் வீடுகளில் தீயைக் கொளுத்தினால் நாங்கள் ஒன்றும் பேசாமல் வாயை மூடிக் கொண்டிருக்க வேண்டுமென்று 'ஜஸ்டிஸ்' பத்திராதிபரின் தர்க்க சாஸ்த்ரம் போதிக்கிறதா? நாங்கள் ராஜாங்கத்தைப் புதுப்பிக்க விரும்புவது பற்றி நாங்கள் இவர்களுக்கு உதவி செய்வதை நிறுத்துவோம். இவர்கள் செய்யும் தவறுகளைக் கண்டனம் செய்து கொண்டிருப்போம். ஜனங்களுக் கெடுத்துக்காட்டி, அந்த உபாயத்தின் மூலமாக, இவர்கள் தங்கள் தவறுகளை நீக்கிக் கொள்ளும்படி வற்புறுத்துவோம். ஜன கோபத்துக்கு இவர்கள் எப்போதும் அஞ்சித் தீர வேண்டுமென்பதை நாம் அறிவோம். எனவே, இவர்களுக்கும் நமக்குமிடையே நிகழ்ச்சி பெற்றுவரும் தர்ம யுத்தத்தில் அந்த அறிவைப் பயன்படுத்தாமல் விடமாட்டோம். எங்களுடைய தர்க்கம் 'ஜஸ்டிஸ்' பத்திரிகைக்குத் தெளிவுபடுகிறதென்று நினைக்கிறோம்.

~~

அன்ய வஸ்து பஹிஷ்காரம்

"ஹிந்து" பத்திராதிபரிடம் 'ஜஸ்டிஸ்' பத்திராதிபர் மற்றொரு குற்றம் கண்டுபிடிக்கிறார். அதாவது, அன்ய வஸ்து பஹிஷ்காரத்தை ஜனங்களுக்குப் போதித்துவிட்டுத் தாம் அன்ய வஸ்துக்களின் விளம்பரங்களுக்குத் தமது பத்திரிகையில் இடங்கொடுக்கிறா ரென்ற குற்றம்! சபாஷ்! இந்தக் குற்றத்துக்காக "ஹிந்து" பத்திராதிபருக்குப் பெருந் தண்டம் விதிக்கலாம்! அதிலும் 'ஜஸ்டிஸ்' பத்திரிகை நம்மை ஐரோப்பிய வியாபாரிகளுடைய விளம்பரம் போடும் குற்றத்துக்காகத் தண்டனைக் குட்படுத்த அதிகாரமு முடையது! ஐரோப்பிய ஸம்பந்தமே அங்கில்லையே! இது குற்றமென்று 'ஜஸ்டிஸ்' சொல்வது பேதைமை. விளம்பரங்க

ளில்லாமல் இக்காலத்தில் பத்திரிகை நடத்த முடியாது. இது இந்தியருக்குத் தெரியும். ஆதலால் பத்திரிகைக்குள்ளே பத்திராதிபர் எழுதியிருக்கும் கருத்தைக் கவனித்து நடப்பார்களே யன்றி விளம்பரத்தைக் கவனித்து தேசக் கடமையை நிர்ணயிக்க மாட்டார்கள். “ஹிந்து” பத்திரிகையில் “சுருட்டு” விளம்பரம் போட்டிருக்கிறது. அதினின்றும் “ஹிந்து” பத்திராதிபர் உலகத்தாரை யெல்லாம் புகையிலைச் சுருட்டு குடிக்கும்படி வற்புறுத்துகிறா ரென்று நிச்சயித்தல் பொருந்துமா? ‘ஜஸ்டிஸ்’ பத்திரிகையில் “காந்தி சரித்திரம்” என்ற புஸ்தகத்தின் விளம்பரம் ப்ரசுரிக்கப்பட்டால் அதினின்றும் ‘ஜஸ்டிஸ்’ பத்திராதிபர் மஹாத்மாவின் கொள்கைகளைப் பரப்ப விரும்புகிறா ரென்று நிச்சயித்துவிடலாமா? “ஹிந்து” விளம்பரங்களைப் பிரசுரம் செய்வதை நிறுத்திவிட்டால், ஜஸ்டிஸின் வருமானம் அதிகப் படுமென்பது அப் பத்திரிகையின் ஆட்சேபத்திற்குக் காரணமோ?

அப்படி நிச்சயிக்கும்படி இந்தியர்கள் அத்தனை மூடர்க ளல்லர். மேலும், மனம் வேறு. சொல் வேறு, செயல் வேறாக நிற்பது தவறென்று ‘ஜஸ்டிஸ்’ பத்திராதிபர் பிறருக்குப் போதிப்பதைப் பார்த்து எனக்கு மேன்மேலும் நகைப்பு விளைகிறது.

~~

28
தீப்பொறிகள்

பாரத தேசத்தாரின் அகத்தில் தழல் வீசி எரிந்து வரும் தேசபக்திப் பெருங் கனலின் பொறிகள் சில இங்கு காண்பிக்கப்படுகின்றன.

~ ~

"வில்லர்" ஸமாஜம்

பீலர் (Bhils) அல்லது வில்லர் எனப்படும் மலைக்குடிகள் ராஜபுத்ர ஸ்தானத்துச் சரித்திரத்தில் மிகவும் கீர்த்தி பெற்றவர்கள். கல்வி முதலிய நாகரிகச் சின்னங்களில் இந்த ஜாதியார் மற்ற பாரதவாஸிகளைக் காட்டிலும் குறைவுபட்டோ ராயினும், வீரத்தன்மையில் யார்க்கும் இளைத்தோரல்லர். புதிய ஸ்வதேசீயத் தீ இவர்களிடத்தும் பாய்ந்து விட்டது. எனவே, இவர்கள் தோஹாத் என்ற ஊரில் ஒரு பெரிய தேசாபிமானக் கூட்டம் நடத்தினர். அந்தக் கூட்டம் நடைபெறாமல் தடுத்து விட வேண்டுமென்ற நோக்கத்துடன் அதிகாரிகள் சில தினங்களின் முன்பு இக் கூட்டத்தாரின் குருவாகிய குருகோவிந்தர் என்பவரைச் சிறைப்படுத்தி விட்டார்கள்.

அதினின்றும், அந்த ஸமாஜம் தடைப்பட வில்லை. பெப்ருவரி 6ஆந் தேதியன்று தோஹாதில்

---

* சுதேசமித்திரன் 14-2-1921, ப.2.

“வில்லர்” ஸமாஜம் கூடிற்று. மஹாத்மா காந்தியின் முக்யத் துணைவரில் ஒருவராகிய ஸ்ரீமான் படேல் அக்ராஸனம் வஹித்தார். முஹமதியச் சிங்கமாகிய மௌலானா ஷௌகத் அலியும் அந்தக் கூட்டத்துக்கு வந்திருந்தார்.

~~

ஸ்ரீமான் படேலின் ப்ரஸங்கம்

சுமார் 10,000 – பீல் (வில்ல) ஜாதியார் கூடியிருந்த அக்கூட்டத்தின் முன்பு ஸ்ரீ படேல் செய்த அக்ராஸன உபந்யாஸத்தினிடையே பின்வருமாறு பேசினர்:

> “உங்களுடைய குருவை நள்ளிரவில் எழுப்பி ராஜாங்கத்தார் அவருக்கு யாதொரு முன் எச்சரிக்கை செய்யாமலும் அவருடைய குழந்தையைப் பார்க்கக்கூட இடங் கொடுக்காமலும், இரவு ‘ரயில்’ வண்டியில் ஏற்றிக்கொண்டு போய் விட்டார்கள். அவருடைய முக்ய சிஷ்யர்கள் நூற்றுக் கணக்காக அந்த நேரத்தில் அவரோடிருந்தார்கள். எனிலும், அவர்கள் அதிகாரிகளைப் பலாத்காரமாக எதிர்க்காமலிருந்தது பற்றி நான் மகிழ்ச்சி யடைகிறேன். நாம் தார்மிகமான வெற்றி பெறுவோ மென்பதற்கு இஃதோர் அடையாளமாகும். பல குற்றங்கள் புரிந்து வரும் இந்த ராஜாங்கத்தாருக்கு நீங்கள் ஆதரவு செய்யும் குணத்தை முற்றிலும் விட்டுவிட வேண்டும். பீல் ஜாதியாரே! நீங்கள் இவ்வுலகத்தில் யாருக்கும் அஞ்சியிருக்கக் காரணமில்லை. உங்களுடைய வேண்டுதல்கள் மிக சொற்பம். உங்களுடைய வாஸமோ புலிகளுடனே செய்யப்படுவது. நீங்கள் ஏன் எதற்கும் அஞ்ச வேண்டும்? கட்டாயக் கூலி வேலைக்கு நீங்கள் ஒருபோதும் உட்படக் கூடாது. எது நேர்ந்தாலும் அம்முறைமையை நீங்கள் எதிர்த்துத் தீரவேண்டும்.”

~~

மௌலானா ஷௌகத் அலியின் பேச்சு

மாலைக் கூட்டத்தின்போது, அந்த ஸமாஜத்தில் ஒத்துழையாமைத் தீர்மானம் நிறைவேற்றப்பட்டது. அதை ஆதரித்துப் பேசுகையில் ஸ்ரீமான் ஷௌகத் அலி பின்வருமாறு பேசினார்:

"என் 'பீல்' ஸஹோதரரைப் பார்ப்பதற்கென்றே நான் விசேஷ ஆவலுடன் இங்கு வந்திருக்கிறேன். ஸ்வதேசத்திற்கும் ஸ்வதர்மத்துக்கும் நீங்க ளெல்லீரும் முழுத் தொண்டு புரிய வேண்டும். தைர்யத்தோடிருக்க வேண்டும். மஹாத்மா காந்தி காட்டி யிருக்கும் வழியைச் சிரத்தையுடன் பின்பற்றி யொழுக வேண்டும். மனத் தளர்ச்சி யெய்தி விடாதீர்கள்! ராஜாங்கத்தார் உங்களுடைய குருவைப் பிரித்து விட்டது பெரிதில்லை. நமக்குள்ளே நூற்றுக் கணக்கான குருக்கள் தோன்றப் போகிறார்கள். மஹாத்மா காந்தியைக்கூட அதிகாரிகள் தீபாந்தரத்துக் கனுப்புவாராயின் அல்லது சுட்டுக் கொல்வாராயின், நம்மிடையே பற்பல காந்திகள் கிளைப்பார்கள். ராஜாங்கத்தார் இதனை அறிந்து நடப்பாராக!"

என்றார்.

~~

"காந்தி"க் குல்லா

இந்த மாஸம் 3ஆந் தேதியன்று பேரார் மாகாணத்திலுள்ள அமராவதி நகரத்தில் டிப்டி கமிஷனராகிய மிஸ்டர் ஆர்.ஏ. வில்ஸன் என்பவருக்கும் அவருடைய கச்சேரியில் குமாஸ்தாவாக வேலை செய்து வரும் ஸ்ரீமான் கிர்காம்கார் என்பவருக்கும் நடந்த ஸம்பாஷணை பின்வருமாறு:

மிஸ்டர் வில்ஸன்: "உம்முடைய தலையிலிருப்பது 'காந்தி' குல்லாவா?"

ஸ்ரீமான் கிர்காம்கார் : "ஆம்"

மிஸ்டர் வி: "ஸ்ரீமான் காந்தியின் கொள்கைகளை யெல்லாம் நீர் அங்கீகாரம் செய்து கொள்ளுகிறீரா?"

ஸ்ரீமான் கி: "ஆம்"

மிஸ்டர் வி: "அப்படியானால் இந்த ராஜாங்கத்தாருக்கு நீர் ஏன் உதவி செய்து கொண்டிருக்கிறீர்?"

ஸ்ரீமான் கி: "பாரத ஜன ஸபை (காங்க்ரஸ்) இன்னும் ஸர்க்கார் உத்யோகஸ்தர்கள் தம் உத்யோகங்களை விடும்படி கட்டளை பிறப்பிக்கவில்லை."

மிஸ்டர் வி: "ராஜாங்கத்தை அழித்துவிட வேண்டுமென்பது ஸ்ரீமான் காந்தியின் கொள்கை. அதை நீர் ஆமோதிக்கிறீரா?"

ஸ்ரீமான் கி: "ஆம்; ஆமோதிக்கிறேன்."

மிஸ்டர் வி: "அப்படியானால் உம்முடைய வேலையை உடனே ராஜிநாமா கொடுத்துவிட வேண்டும்..... மேலும், எங்கள் ராஜாங்கத்தினிடமிருந்து ஏறக்குறைய எட்டு மாஸங்களாக நீர் சம்பளம் வாங்கிக்கொண்டு வருகிறீர். அதனுடன், நீர் இப்படிப்பட்ட கொள்கைகள் வைத்துக் கொண்டிருப்பது பொருந்துமா?"

ஸ்ரீமான் கி: "இந்த ராஜாங்கத்துக்கு நான் உதவி புரிந்து வருதல் வெட்கத்துக்கிடமான செய்தியே யாம். ஆனால், நான் சில அவஸரங்களைக் கருதி அங்ஙனம் செய்ய நேர்ந்தது. எனிலும், எனது தேசத்தின் ஆணை தோன்றுமிடத்தே நான் இந்த உத்யோகத்தை விட்டுவிடக் காத்திருக்கிறேன்."

மிஸ்டர் வி: "நீர் அந்தக் குல்லாவை மாற்ற ஸம்மதப்படுவீரா?"

ஸ்ரீமான் கி: "மாட்டேன்."

மிஸ்டர் வி: "உம்முடைய தைர்யத்தை மதிக்கிறேன். எனிலும், இந்த விஷயத்தைக் குறித்து இன்றிரவு யோசனை செய்து பார்த்து, அப்பால் என்னிடம் உம்முடைய நிச்சயத்தைத் தெரிவிப்பீராக."

மறுநாள், காலையில் ஸ்ரீமான் கிர்காம்கார், மிஸ்டர் வில்ஸனிடம் தம்முடைய ராஜினாமாக் கடிதத்தைக் கொடுத்துவிட்டார்.

~~

"தீண்டாமை" என்ற பாதகம்

தேச பக்தி யென்பது நம்மவருக்கு அன்னியரால் நேரும் தீமைகளை மாத்திரம் ஒழிக்கும் இயல்புடைய தன்று. நமக்கு நாமே செய்து கொள்ளும் அநீதிகளையும் நீக்கு மியல்புடையது. எனவே, தேச பக்த சிகாமணியாகிய மஹாத்மா காந்தி நாம் இன்னும் ஒன்பது மாஸங்களுக்குள்ளே ஸ்வராஜ்யம் பெற்று விடுவோமென்று சொல்லிய போதிலும், அதற்கொரு முக்யமான நிபந்தனை சொல்வதை நாம் கவனிக்க வேண்டும்.

தம்முடைய "யௌவன இந்தியா" பத்திரிகையில் மஹாத்மா பின்வருமா றெழுதுகிறார்:

> "சில வகுப்பினரைத் தீண்டாதவராகக் கருதும் பாவத்தை ஹிந்துக்கள் அகற்றினா லன்றி, ஸ்வராஜ்யம் ஒரு வருஷத்திலும் வாராது; நூறு வருஷங்களிலும் வாராது... ஹிந்து மதத்தின்மீது படிந்திருக்கும் இந்தக் களங்கத்தை

> நீக்குதல் ஸ்வராஜ்யம் பெறுதற்கவசியமாகு மென்ற தீர்மானத்தைக் காங்க்ரஸ் ஸபையார் நிறைவேற்றியது நன்றேயாம்... மேலும் இந்தத் தீண்டாமையென்பது மதக் கொள்கைகளால் அனுமதி செய்யப்பட்டதன்று. இது சாத்தானுடைய தந்திரங்களில் ஒன்று"

என்கிறார்.

அடிக்கடி "காந்தி கீ ஜேய்" என்று ஆரவாரம் செய்யும் நம்மவர்கள் இந்த அம்சத்தில் மஹாத்மா சொல்லி யிருக்கும் வார்த்தையைக் கவனிப்பார்க ளென்று நம்புகிறேன். நம்முடைய ஸமூஹ வாழ்வில் அநீதிகள் இருக்கும் வரை நமக்கு ஸ்வராஜ்யம் ஸித்தியாகா தென்ற கொள்கையை நான் அங்கீகரிக்கவில்லை. ஆனால், "வினை விதைத்தவன் வினை யறுப்பான்." நம்மவருக்குள் பரஸ்பர அநீதியுள்ள வரை தேசத்தில் ஸமாதான மிராது. நாம் பல வகைகளிலே துன்பப்பட நேரும்.

~~

29

மணித் திரள்

அடக்குமுறைகள்

1921 பெப்ருவரி 10ஆந் தேதியன்று ஸ்ரீகாசியில் தேசீய ஸர்வ கலாசாலையொன்று மஹாத்மா காந்தியால் திறந்து வைக்கப்பட்டது. அந்த விசேஷம் நடக்கும்போது பிரமாண்டமான ஜனத்திரள் கூடியிருந்தது. அந்தக் கூட்டத்திற்கு வந்திருந்த ஐக்ய மாகாணத்து விவசாயிகளின் தலைவராகிய பாபா ராம் சந்தர் என்ற ஸந்யாஸியைத் துப்பாக்கியில் மருந்தேற்றிக் கொண்டு போலீஸார் பெருங் கூட்டமாக வந்து கைதி செய்ததாகத் தெரிகிறது. கூட்டத்தார் மனக் கொதிப்பினால் கலகம் செய்வார்களென்றும், அதை முகாந்தரமாகக் காட்டித் தாங்கள் ஏராளமாக ஜனங்களைச் சுட்டுத் தள்ளுவது மன்றி, மஹாத்மா காந்திக்கும் ஏதேனும் ஆபத்துண்டாக்கலாமென்றும் போலீஸார் எதிர்பார்த்தனர் போலும். ஆனால், அந்த அவமானத்தை ஜனங்கள் ஸமாதானமாகப் பொறுத்திருக்கும்படி தலைவர்கள் சொல்லியது கேட்டு ஜனங்கள் சும்மா இருந்து விட்டனர். எனவே, போலீஸார் பாபா ஒருவரை மாத்திரங் கொண்டு மீண்டேகினர். தேசீய ஸர்வ கலாசாலையின் ஆரம்ப விசேஷங்கள் நடத்தும் இடத்திலேதானா பாபாவைப் பிடிக்க வேண்டும்? தனியாக அவர்

---

* சுதேசமித்திரன் 14-2-1921, ப.7.

வீட்டிலிருக்கும்போது பிடிக்கக் கூடாதா? கூட்டத்தார் அவஸரப்பட்டு மனம் பதறி ஏதேனும் செய்திருந்தால் என்னென்ன ஆபத்துக்கள் விளைந்திருக்குமோ யார் அறிவார்? இங்ஙனம் முற்றிலும் விரும்பத்தகாத விரஸமான வழிகளில் ராஜாங்கத்தார் அடக்கு முறைகளை அனுஸரிப்பதினின்றும் அவர்களுக்கு ஏற்கெனவே தேசத்திலுள்ள மதிப்புக் குறை இன்னும் மிகுதியுறு மென்பதை அவர்கள் அறியாதது பற்றி வருத்த மடைகிறோம். மேலும், போலீஸார் இப்படி அநாகரிகமாக வேலை செய்தபோதுகூட மனக் கொதிப்புக் கிடங்கொடுக்காமல் தலைவர்களின் சொற்படி கேட்டு ஜனக் கூட்டத்தார் அடங்கி யிருந்தது நமக்கு மிகுந்த மகிழ்ச்சி தருகிறது. பொறுத்தா ரன்றோ பூமி யாள்வார்?

~~

30

ஒரு கோடி ரூபாய்

ஸெப்டம்பர் மாஸத்துக்குள் ஸ்வராஜ்யம் கிடைப்பதற்கு ஒரு கோடி ரூபாய் இன்றியமையாத தென்றும், அது கொடுக்காவிட்டால் இந்தியா தேசத்து ஜனங்கள் ஸ்வராஜ்யத்தில் விருப்பமில்லாத தேசத் துரோகிகளே யாவார்களென்றும் ஸ்ரீமான் காந்தி முதலியவர்கள் சொல்லிக் கொண்டு வந்தனர்.

ஜனங்கள் ஒரு கோடி ரூபாய் கொடுத்து விட்டார்கள். அந்தத் தொகை எங்ஙனம் செலவிடப்படுகிறது? எப்போது செலவு தொடங்கப் போகிறார்கள்? ஒரு மாஸத்திலோ, இரண்டு மாஸங்களிலோ, அன்றி இன்னும் ஒரு வருஷத்துக்குள்ளேயோ, ஸ்வராஜ்யம் கிடைக்க வேண்டுமாயின், அந்தத் தொகை ஏற்கெனவே செலவு தொடங்கியிருக்க வேண்டுமன்றோ?

"ஒரு கோடி ரூபாய் கிடைத்தால்தான் ஸ்வராஜ்யம் வரும்" என்று சொல்லப்பட்ட வார்த்தைக்கு ஒரு பொருள்தான் உண்டு. அதாவது, அந்தப் பணம் ப்ரசாரத் தொழிலிலே செலவிடப்படவேண்டும். நாமோ பலாத்கார முறையை அனுஸரிக்க வில்லை. எனவே, அந்தக் கோடி ரூபாயை ஸைந்யச் செலவுக்கு உபயோகப்படுத்துவதென்ற ஆலோசனைக்கு இடமில்லை. எனவே, ப்ரசாரத் தொழில் ஒன்றுதான் கதி. மேற்படி தொகையில் ஒரு பகுதிக்கு ராட்டினங்கள் வாங்கி ஜனங்களுக்குக்

---

* *சுதேசமித்திரன்*: 11–8–1921, ப. 3.

கொடுக்க வேண்டுமென்று கருதினால், அங்ஙனம் தாராளமாகச் செய்யலாம். வேறு எத்தனை வகைகளில் செலவு செய்ய விரும்பினாலும் செய்யலாம். ஆனால், அத்தனைக்கும் ஆதாரமான மூலவழி ப்ரசாரந்தான் என்பதை மறந்துவிடக் கூடாது.

ஏற்கெனவே ப்ரசாரத்தில் இந்தத் தொகையை எங்ஙனம் செலவு செய்யலா மென்பதைக் குறித்துச் சில வழிகள் இப் பத்திரிகையிலே குறிப்பிட்டிருந்தேன். ஜில்லாவுக்கு 4 பேருக்குக் குறையாமல் மஹா நிபுணரான ஸ்வதேசீய ப்ரசாரகர் ஏற்பட வேண்டும்.

ஆனால், ப்ரசாரத் தொழில் இதுவரை தொடக்கமுறாமல் இருப்பதன் காரணம் யாதென்பது துலங்கவில்லை.

இந்த விஷயத்தைக் குறித்துச் சென்னை மாகாணத்தில் வசூல் தொழிலை முக்யஸ்தராக இருந்து நடத்திய என் நண்பர் ஸ்ரீ சேலம் ராஜகோபாலாசார்யரும் பிறரும் ஸ்ரீமான் மகாத்மா காந்திக் கெழுதி வேண்டியன செய்வார்களென்று நம்புகிறேன்.

மற்றப்படி யுள்ள காங்க்ரஸ் ஸங்கங்களின் அங்கத்தினரும் அனுதாபிகளும் மிகவும் சிரமப்பட்டு வசூல் செய்யப்பட்ட மேற்படி தொகை வீணாய் விடாதபடி கவனிக்க வேண்டும். உலக சரித்திரத்தில் இந்த சந்தர்ப்பம் மிக முக்கியமானது. இதில் உலக முழுமையிலும் பல அற்புதமான மாறுதல்கள் தோன்றி வருவது மாத்திரமே யன்றி, உலகத்திலுள்ள தேசங்களுக் கெல்லாம் விடுதலை பொதுவாகி விடுமென்றும் புலப்படுகிறது. இத்தருணத்தில் விரைவிலே இந்தியா எங்ஙனமேனும் தன் ஸ்வதந்த்ரத்தை உறுதி செய்து கொள்ளுதல் அதன் கடமையாம். இதுவே, நமது தேசத்தில் பொது ஜனங்களின் மனதில் எப்போதும் விடாமற் பற்றியிருக்கும் பேராவலாகிவிட்டது. அது பற்றியே, மஹாத்மா காந்தி கேட்டபோது, ஜனங்கள் சிறிதேனும் லோபத்தன்மை யின்றித் தங்கள் அளவிறந்த வறுமையையும் பாராட்டாமல், பணத்தை யதேஷ்டமாகவும் விரைவாகவும் கொடுத்துத் தங்கள் மீது பழிச் சொல்லுக்குச் சிறிதேனும் இடமின்றிச் செய்து கொண்டார்கள்.

ஒப்பந்தத்தில் ஒரு பாதி நிறைவேறிப் போய்விட்டது. அதாவது ஜனங்கள் பக்கத்திலே விதிக்கப்பட்ட கடமை நிறைவேறி விட்டது. இனித் தலைவர்கள் தங்கள் கடமையை நிறைவேற்ற வேண்டியதைத் தவிர வேறொன்றும் இல்லை.

நாம் இங்ஙனம் எழுதிக் கொண்டு வருகையிலே, ஸ்ரீமான் சேலம் ராஜகோபாலாசார்யர் ஒரு கணக்கு ப்ரசுரம் செய்திருக்கிறார். அதில் சென்னை மாகாணத்து வசூல் எவ்வள

வென்பதையும், அதில் செலவம்சங்கள் எவை யென்பதையும் விபரித்துக் கணக்குகள் தெரிவிக்கிறார். அதில் மிகவும் சொற்பமான தொகையொன்று (சுமார் 50,000 ரூபா யென்று நினைக்கிறேன்.) ப்ரசாரச் செலவுக்காகப் போடப்பட்டிருக்கிறது. இந்த ரூபாய் போதாதென்பது என்னுடைய அபிப்ராயம். ப்ரசார விஷயத்தில் இந்தியா முழுதையும் ஒன்றாகப் பாராட்ட வேண்டும். இந்தியா முழுமைக்கும் ஒரே திட்டம்; ஒரே முறைமை ஒரே ப்ரசார ஸங்கம் தலைமையாக இருந்து இந்த ஸ்வராஜ்ய ப்ரசாரத்தை நடத்தி வாராவிட்டால் நமக்கு எண்ணிறந்த ஸங்கடங்கள் விளையும். "கர்மம் உனக்குரியது; நீ பயனைக் கருதுதல் வேண்டா" என்று கண்ணபெருமான் பகவத் கீதையில் சொல்லி யிருப்பதற்கு இக்காலத்தில் பலர் பொருளுணர்ந்து கொள்ள மாட்டாதவர்களாக இருக்கின்றனர்.

பயனே மனிதருக்குக் கிடைக்காத நிலைமையில் தொழில் புரிய வேண்டுமென்பது கீதையில் சொல்லப்பட்டதாகச் சிலர் நினைக்கிறார்கள். அந்த அர்த்தத்தில் பகவான் அந்த வசனத்தை வழங்கவில்லை யென்பது, கீதை முற்றிலும் வாசித்துப் பார்த்தவர்களுக்கு மிகவும் நன்றாகத் தெரியும்.

தொழில் புரிந்துவிட்டு வெற்றி அகப்படுமோ அகப்படாதோ என்று எவரும் மனம் புழுங்குதல் வேண்டா. பயனுடைய தொழிலென்று புத்தியாலே நிச்சயிக்கப்பட்ட தொழிலை, ஒருவேளை அது பயன்தாராதோ என்ற பேதை ஸம்சயத்தால் நாம் நிறுத்தி வைத்தல் தகாது. தொழிலுக்குப் பயன் நிச்சயமாக உண்டு. கடவுள் பின்னொரு பகுதியிலே சொல்லுகிறார்: "பார்த்தா, தொழிலுக்கு வெற்றி இந்த உலகத்தில் மிகவும் விரைவாகவே எய்தப்படும்" என்று. தவிரவும், "மகனே நற்றொழில் புரிந்த எவனும் இவ்வுலகத்தில் தீ நெறி எய்துவதில்லை" என்று பின்னே கடவுள் மற்றோரிடத்தில் விளக்கி யிருக்கிறார்.

எனவே, வெற்றியைக் கடவுளின் ஆணையாகக் கண்டு, பயனைப் பற்றி யோசனையே புரியாமல், நம்மவர் ஸ்வராஜ்யத்துக்குரிய தொழில்களை இடைவிடாமல் செய்து கொண்டு வரக்கடவர்.

அதனை உடனே தொடங்கவும் கடவர். அதில் திரிகரணங்களை மீட்சியின்றி வீழ்த்தி விடவும் கடவர்.

~~

31

நவீன ருஷ்யாவில் விவாக விதிகள்

ருஷ்யாவில் ஜார் சக்ரவர்த்தியின் ஆட்சி பெரும்பாலும் ஸமத்வக் கக்ஷியார் அதாவது போல்ஷிவிஸ்ட் கக்ஷியாரின் பலத்தாலே அழிக்கப்பட்டது. எனினும் ஜார் வீழ்ச்சியடைந்த மாத்திரத்திலே அதிகாரம் போல்ஷிவிஸ்ட்களின் கைக்கு வந்து விடவில்லை. அப்பால் சிறிது காலம், முதலாளிக் கூட்டத்தார் கெரன்ஸ்கி என்பவரைத் தலைவராக நிறுத்தி, ஒருவிதமான குடியரசு நடத்தத் தொடங்கினார்கள். ஆனால், கெரன்ஸ்கியின் ஆட்சி அங்கு நீடித்து நடக்கவில்லை. இங்கிலாந்து, ப்ரான்ஸ் முதலிய நேச ராஜ்யங்களிடமிருந்து பல வகைகளில் உதவி பெற்ற போதிலும் புதிய கிளர்ச்சிகளின் வெள்ளத்தினிடையே, கெரன்ஸ்கியால் தலைதூக்கி நிற்க முடியவில்லை. சில மாஸங்களுக் குள்ளே கெரன்ஸ்கி தன் உயிரைத் தப்புவித்துக்கொள்ளும் பொருட்டாக ருஷ்யாவினின்றும் ஓடிப்போய், நேச வல்லரசுகளின் நாடுகளில் தஞ்சமென்று குடிபுக நேரிட்டது.

போல்ஷிவிக் ஆட்சி ஏற்பட்ட காலத்திலே அதற்குப் பலவகைகளிலும் தோஷங்கள் கற்பிப்பதையே தம் கடமையாகக் கருதியவர்களிலே சிலர் அதன்மீது ராஜரீக நெறிகளிலே குற்றங்கள்

---

* பாரதி நூல்கள் – நான்காம் பகுதி, வசனம் (அரசியல்), பக். 320–322.

சுமத்தியது போதாதென்று, போல்ஷிவிஸ்ட் கக்ஷியார் ஸ்திரீகளையும் பொதுவாகக் கொண்டு ஒருத்தியைப் பலர் அனுபவிக்கிறார்க ளென்ற அபாண்டமான பழி சுமத்தப்பட்டது. ஆனால் "கெட்டிக்காரன் புளுகு எட்டு நாளைக்கு." ஒன்பதாம் நாள் உண்மை எப்படியேனும் வெளிப்பட்டு விடும். ஒரு பெரிய ராஜ்யத்தைக் குறித்து எத்தனை காலம் பொய் பரப்பிக் கொண்டிருக்க முடியும்? சில தினங்களுக்கு முன்பு, இங்கிலாந்து தேசத்தில் மாஞ்செஸ்டர் நகரத்தில் பிரசுரம் செய்யப்படும் "மாஞ்செஸ்டர் கார்டியன்" என்ற பத்திரிகை நவீன ருஷியாவின் விவாக விதிகளைப் பற்றிய உண்மையான விவரங்களைப் பிரசுரம் செய்திருக்கிறது.

அவற்றைப் பார்க்கும்போது, நவீன ஐரோப்பிய நாகரீகம் என்று புகழப்படும் வஸ்துவின் நியாயமான, உயர்ந்த பக்குவ நிலைமை மேற்படி போல்ஷிவிஸ்ட் விவாக ஸம்ப்ரதாயங்களில் எய்தப்பட்டிருக்கிற தென்று தெளிவாக விளங்குகிறது. ஆண் – பெண் இரு பாலாரும் பரிபூர்ண ஸமத்வ நிலைமை யுடையோர். இங்ஙனம் இரு பாலோரும் முற்றிலும் ஸமான மென்ற கொள்கைக்குப் பங்கம் நேரிடாதபடி விவாகக் கட்டைச் சமைக்கவேண்டும் என்பதே ஐரோப்பிய நாகரீகத்தின் உண்மையான நோக்கம். பெண்களுக்கு விடுதலை தாங்கள் வேறு பல ஜாதியர்களைக் காட்டிலும் அதிகமாகக் கொடுத்திருப்பதே தாம் நாகரீகத்தில் உயர்ந்தவர்களென்பதற்கு முக்கியமான அடையாளங்களில் ஒன்றாமென்று ஐரோப்பியர்கள் சொல்லுகிறார்கள். அந்த வகையிலே பார்த்தால், ஐரோப்பாவின் இதரப் பகுதிகளைக் காட்டிலும் நவீன ருஷியா உயர்ந்த நாகரீகம் பெற்றுளதென்பது ப்ரத்யக்ஷமாகத் தெரிகிறது.

"மாஞ்செஸ்டர் கார்டியன்" சொல்லுகிறது:– "தெற்கு ஸோவியட் (போல்ஷிவிஸ்ட்) ருஷியாவில் இது வரையிலிருந்த வீண் நிர்ப்பந்தங்கள் இனி விவாக விஷயத்தில் இல்லாதபடி ஒழித்துவிடப்படும். அதாவது, வேற்றுமைகள் முதலியன விவாகங்களுக்குத் தடையாகக் கணிக்கப்பட மாட்டா! இப்போதுள்ள சட்டப்படி ஸ்திரீகளுக்கும் புருஷர்களுக்கும் எவ்விதத்திலும் வேற்றுமை கிடையாது. இரு பாலோரும் ஸமானமாகவே கருதப்படுவர். எல்லாக் குழந்தைகளும் ஸமூஹச் சட்டப்படி பரிபூர்ண சமத்வம் உடையனவாம். பாதுகாப்பில்லாத குழந்தைகள் யாருக்குப் பிறந்த போதிலும், அவற்றைப் பாதுகாக்க ஒரு தனி இலாகா ஏற்பட்டிருக்கிறது. இந்தச் சட்டம் ராஜாங்க சாஸனப்படி நடைபெறும் விவாகங்களையே அங்கீகாரம் செய்யும். பெண்கள் பதினாலு வயதுக்குள்ளும், ஆண்கள்

பதினெட்டு வயதுக்குள்ளும் விவாகம் செய்து கொள்ள வேண்டும். இரு திறத்தாரும் மன மொத்தால்தான் விவாகம் செய்யலாம். விவாகம் முடிந்ததும் புருஷன் அல்லது ஸ்திரீயின் பெயரைக் குடும்பத்தின் பெயராக வைத்துக் கொள்ளலாம். விவாகத்துக்குப் பிறகு தம்பதிகள் பரஸ்பரம் உதவியாக வாழக் கடமைப் பட்டிருக்கிறார்கள். புருஷனேனும் ஸ்திரீயேனும் விவாக பந்தத்தை நீக்கிக் கொள்ள விரும்பினால், அங்ஙனமே நீக்கிக் கொள்ளச் சட்டம் இடங்கொடுக்கிறது."

மேற்படி விவரங்கள் "மான்செஸ்டர் கார்டியன்" பத்திரிகையிலே காணப்படுகின்றன. சில தினங்களின் முன்பு ஒரு கிராமாந்தரத்து ஸ்திரீ "மாதர் நிலை" என்ற மகுடத்தின் கீழே "சுதேசமித்திரன்" பத்திரிகையில் ஒரு வியாஸம் எழுதியிருந்தார். அந்த வியாஸத்தை வாசித்துப் பார்த்தால் (ஸ்ரீமான் காந்தி சொல்லுவது போல) எவனுக்கும் அழுகை வராமல் இராது. அந்த வ்யாஸத்தில் நம்முடைய தேசத்து ஸ்திரீகளை நம்மவரில் ஆண் மக்கள் எத்தனை இழிவாகவும் குரூரமாகவும் நடத்துகிறார்க ளென்பதை அந்த ஸ்திரீ மிகவும் நன்றாக எடுத்து விளக்கியிருந்தார். உலகத்தில் ஒரு ஸ்திரீ ஜனனமெய்திய மாத்திரத்திலே பூமா தேவி மூன்றே சொச்சம் முழம் கீழே அமிழ்ந்து போய் விடுவதாக இந்நாட்டில் முந்தைய ஆண் மக்கள் எழுதி வைத்திருப்பதையும் அது போல் ஸ்திரீகளை இழிவாகவும் குறைவாகவும் சொல்லும் வேறு பல "சாத்திர" வசனங்களையும் மேற்கோள் காட்டி அந்த மாது நம் பெண்மக்களின் ஸ்திதி விலங்குகளின் ஸ்திதியைக் காட்டிலும் பரிதாபத்துக்கிடமாக விளக்கி மிகவும் வருத்த முணர்த்தியிருந்தார்.

இப்படிப்பட்ட நம்முடைய ஸ்திரீகளின் நிலைமையை நவீன ருஷ்யாவில் ஸ்திரீகளின் விஷயமாக ஏற்பட்டிருக்கும் சட்டங்களுடன் ஒப்பிட்டுப் பாருங்கள். அப்போதுதான் நம்மை ஐரோப்பிய நாகரீகம் எந்தச் சக்தியினாலே கீழே வீழ்த்திற் றென்பதும், எந்த அம்சங்களில் நாம் ஐரோப்பிய நாகரீகத்தின் வழியைப் பின்பற்றத் தகும் என்பதும் தெளிவுறப் புலப்படும். நாம் ஐரோப்பியர் காட்டும் நெறிகளை முற்றிலுமே கைப்பற்றிக் கொள்ளுதல் அவசியமில்லை. திருஷ்டாந்தமாக, நாம் குழந்தைகளைக் குடும்ப சம்ரக்ஷணையி னின்றும் பிரித்து, ராஜாங்க ஸம்ரக்ஷணையில் விடவேண்டியதில்லை. பெண்கள் 14 வயதுக்குள்ளும், ஆண்கள் 18 வயதுக்குள்ளும் விவாகம் பண்ணித் தீரவேண்டு மென்று நிர்ப்பந்தப்படுத்த வேண்டிய தவசியமில்லை. விவாகத்தை ரத்து செய்யும் விஷயத்தில் அவஸரப்பட வேண்டியதில்லை. பொறுமையை உபயோகப்படுத்தி விவாகக்

கட்டை நிரந்தரமாகப் பாதுகாப்பதே மனித நாகரீகத்தின் சிறப்பாதலால் நாம் அதற்குரிய ஏற்பாடு செய்வோம்.

ஆனால் "ஆண்களுக்கும் பெண்களுக்கும் எவ்விதத்திலும் வேற்றுமை கிடையாது. இரு பாலோரும் ஸமானமாகவே கருதப்படுவார்கள்" என்று ருஷ்யச் சட்டம் கூறுமிடத்திலே நாம் ஐரோப்பிய நாகரீகத்தின் கருத்தை அனுஸரித்தல் மிக, மிக, மிக, மிக அவசியம்.

~~

32

இந்தியாவில் விதவைகளின் பரிதாபகரமான நிலைமை

ஸ்ரீமான் மோஹனதாஸ் கரம்சந்திர காந்தி (மகாத்மா காந்தி)யால் நடத்தப்படும் "நவஜீவன்" என்ற பத்திரிகையில் ஒருவர் பாரத தேசத்து விதவைகளைப் பற்றிய சில கணக்குகளைப் பிரசுரம் செய்திருக்கிறார்.

அவற்றுள் குழந்தைக் கைம்பெண்களைப் பற்றிய பின்வரும் கணக்கு மிகவும் குறிப்பிடத்தக்கது.

வயது	மணம்புரிந்த மாதர்	கைம்பெண்கள்
0–1	13212	1014
1–2	17753	856
2–3	49787	1807
3–4	134105	9273
4–5	302425	17703
5–10	2219778	94240
10–15	10087024	223032

இந்தக் கணக்கின்படி இந்தியாவில் பிறந்து ஒரு வருஷமாகு முன்னரே விதவைகளாய் விட்ட மாதர்களின் தொகை 1014! 15 வயதுக்குக் குறைந்த

---

* பாரதி நூல்கள் – நான்காம் பகுதி, வசனம் (அரசியல்), பக். 325–328.

கைம்பெண்களின் தொகை 31/2 லக்ஷம்! இவர்களில் சற்றுக் குறைய 18000 பேர் ஐந்து வயதுக்குட்பட்டோர்!

இப்படிப்பட்ட கணக்குகள் சில கொடுத்துவிட்டு, அவற்றின் இறுதியில் மேற்படி கடிதம் எழுதியவர் "இக்கைம்பெண்களின் மொத்தத் தொகை மிகவும் அதிகமாக இருக்கிறது. இதைப் படிக்கும்போது எந்த மனிதனுடைய மனமும் இளகி விடும். (இந் நாட்டில்) விதவைகள் என்ற பாகுபாட்டை நீக்க முயல்வோர் யாருளர்? என்று சொல்லி வருத்தப்படுகிறார்.

இந்த வியாசத்தின் மீது மகாத்மா காந்தி பத்திராதிபர் என்ற முறையில் வியாக்கியானம் எழுதி யிருக்கிறார். அந்த வியாக்கியானம் ஆரம்பத்தில் ஸ்ரீமான் காந்தி, "மேலே காட்டிய தொகையைப் படிப்போர் அழுவார்கள் என்பது திண்ணம்" என்கிறார். அப்பால் இந்த நிலைமையை நீக்கும் பொருட்டு, தமக்குப் புலப்படும் உபாயங்களில் சிலவற்றை எடுத்துச் சொல்லுகிறார். அவற்றின் சுருக்கம் யாதெனில், (1) பால்ய விவாகத்தை நிறுத்திவிட வேண்டு மென்பதும், (2) 15 வயதுக்குட்பட்ட கைம்பெண்களும் மற்ற இளமையுடைய கைம்பெண்களும் புனர்விவாகம் செய்துகொள்ள இடம் கொடுக்கவேண்டு மென்பதுமே யாகும்.

ஆனால், இந்த உபாயங்கள் விருப்பமுடையோர் அநுசரிக்கலா மென்றும், தமக்கு இவற்றை அநுசரிப்பதில் விருப்பமில்லை யென்றும், தம்முடைய குடும்பத்திலேயே பல விதவைகள் இருக்கலா மென்றும், அவர்கள் புனர்விவாகத்தைப் பற்றி யோசிக்கவே மாட்டார்க ளென்றும், தாமும் அவர்கள் மறுமணம் செய்து கொள்ளும்படி கேட்க விரும்பவில்லை என்றும் ஸ்ரீமான் காந்தி சொல்லுகிறார்.

ஸ்ரீமான் காந்தி சொல்லும் உபாயம்

"ஆண்மக்கள் புனர்விவாகம் செய்து கொள்ளுவதில்லை என்ற விரதம் பூணுதலே விதவைகளின் தொகையைக் குறைக்கும் அருமருந்தாகும்" என்று ஸ்ரீமான் காந்தி அபிப்பிராயப்படுகிறார். இந்த விநோதமான உபாயத்தை முதல்முறை வாசித்துப் பார்த்தபோது எனக்கு ஸ்ரீமான் காந்தியின் உட்கருத்து இன்னதென்று விளங்கவில்லை. அப்பால் இரண்டு நிமிஷம் யோசனை செய்து பார்த்த பிறகுதான் அவர் கருத்து இன்னதென்பது தெளிவுபடலாயிற்று. அதாவது, 'முதல் தாரத்தைச் சாகக் கொடுத்தவன் பெரும்பாலும் கிழவனாகவே யிருப்பான். அவன் மறுபடி ஒரு சிறு பெண்ணை மணம் புரியுமிடத்தே அவன் விரைவில் இறந்துபோய் அப்பெண் விதவையாக மிஞ்சி நிற்க

இடமுண்டாகிறது. ஆதலால், ஒரு முறை மனைவியை இழந்தோர் பிறகு மணம் செய்யாதிருப்பதே விதவைகளின் தொகையைக் குறைக்க வழியாகும்' என்பது ஸ்ரீமான் காந்தியின் தீர்மானம்.

சபாஷ்! இது மிகவும் நேர்த்தியான உபாயம்தான். ஆனால் இதில் ஒரு பெரிய சங்கடம் இருக்கிறது. அது யாதெனில், இந்த உபாயத்தின்படி ஆண்மக்கள் ஒருபோதும் நடக்கமாட்டார்கள். மேலும், பெரும்பாலும் கிழவர்களே முதல் தாரத்தை இழப்பதாக ஸ்ரீமான் காந்தி நினைப்பதும் தவறு. 'இந்தியாவில் ஆண்களுக்கும் பெண்களுக்கும் சராசரி 25–ம் பிராயத்தில் மரணம் நேருகிறது' என்பதை ஸ்ரீமான் காந்தி மறந்து விட்டார். எனவே, இளம்பிராயமுடைய பலரும் மனைவியாரை இழந்துவிடுகிறார்கள். அவர்கள் ஸ்ரீமான் காந்தி சொல்லும் சந்நியாச மார்க்கத்தை ஒருபோதும் அநுஷ்டிக்க மாட்டார்கள். அவர் அங்ஙனம் அனுஷ்டிப்பதினின்றும் தேசத்துக்கு பல துறைகளிலும் தீமை விளையுமே யன்றி நன்மை விளையாது. ஆதலால் அவர்கள் அங்ஙனம் துறவு பூணும்படி கேட்பது நியாயமில்லை.

ஸ்திரீ – விதவைகளின் தொகையைக் குறைக்க வழி கேட்டால் ஸ்ரீமான் காந்தி "புருஷ – விதவை"களின் (அதாவது, புனர்விவாகமின்றி வருந்தும் ஆண்மக்களின்) தொகையை அதிகப்படுத்த வேண்டுமென்கிறார்! இதினின்றும், இப்போது ஸ்திரீ – விதவைகளின் பெருந்தொகையைக் கண்டு தமக்கு அழுகை வருவதாக ஸ்ரீமான் காந்தி சொல்லுவதுபோல், அப்பால் புருஷ விதவைகளின் பெருந்தொகையைக் கண்டு அழுவதற்கு ஹேது உண்டாகும்.

மேலும், ஆணுக்கேனும் பெண்ணுக்கேனும் இளமைப் பிராயம் கடந்த மாத்திரத்திலே போக விருப்பமும் போக சக்தியும் இல்லாமற் போகும்படி கடவுள் விதிக்கவில்லை. உலகத்தின் நலத்தைக் கருதிக் கடவுளால் ஏற்படுத்தப் பட்டிருக்கும் போக இச்சையை அக்கிரமமான வழிகளில் தீர்த்துக்கொள்ள முயல்வோரை மாத்திரமே நாம் கண்டிக்கலாம். கிரமமாக ஒரு ஸ்திரீயை மணம் புரிந்துகொண்டு அவளுடன் வாழ விரும்புவோர் வயது முதிர்ந்தோராயினும் அவர்களைக் குற்றம் சொல்வது நியாயமன்று. சிறிய பெண் குழந்தைகளை வயது முதிர்ந்த ஆண்மக்கள் மணம் புரியலாகா தென்பதை நாம் ஒருவேளை பேச்சுக்காக ஒப்புக்கொண்டபோதிலும், வயதேறிய பெண்களை வயது முற்றிய ஆண்மக்கள் மணம்புரிந்து கொள்ளக்கூடாதென்று தடுக்க எவனுக்கும் அதிகாரம் கிடையாது. எனவே, எவ்வகையிலே

நோக்குமிடத்தும் ஸ்ரீமான் காந்தி சொல்லும் உபாயம் நியாய விரோதமானது; சாத்தியப்படாதது; பயனற்றது.

விதவைகளின் தொகையைக் குறைப்பதற்கும் அவர்களுடைய துன்பங்களைத் தீர்ப்பதற்கும் ஒரே வழிதான் இருக்கிறது. அதை நம்முடைய ஜனத் தலைவர்கள் ஜனங்களுக்குத் தைர்யம் போதிக்க வேண்டும். அதை ஜனங்கள் எல்லோரும் தைர்யமாக அனுஷ்டிக்க வேண்டும். அதாவது யாதெனில்:— இந்தியாவில் சிற்சில ஜாதியாரைத் தவிர மற்றப்படியுள்ளோர், நாகரீக தேசத்தார் எல்லோரும் செய்கிறபடி, விதவைகள் எந்தப் பிராயத்திலும் தமது பிராயத்துக்குத் தகுந்த புருஷரை புனர்விவாகம் செய்துகொள்ளலாம்; அப்படியே புருஷர்கள் எந்தப் பிராயத்திலும் தம் வயதுக்குத் தக்க மாதரை மறுமணம் செய்து கொள்ளலாம். இந்த ஏற்பாட்டை அனுஷ்டானத்திற்குக் கொண்டுவர வேண்டும். வீண் சந்தேகம், பொறாமை, குருட்டுக் காமம், பெண்களை ஆத்மாவில்லாத, ஹ்ருதயமில்லாத, ஸ்வாதீனமில்லாத அடிமைகளாக நடத்த வேண்டுமென்ற கொள்கை — இவற்றைக் கொண்டே நம்மவர்களில் சில புருஷர்கள் 'ஸ்திரீகளுக்குப் புனர்விவாகம் கூடாது' என்று சட்டம் போட்டார்கள். அதனாலேதான், மனைவி யில்லாதவர்கள் சிறு பெண்களை மணம்புரிய நேரிடுகிறது. அதனாலேதான், ஹிந்து தேசத்து விதவைகளின் வாழ்க்கை நரக வாழ்க்கையினும் கொடியதாய் எண்ணற்ற துன்பங்களுக்கிடமாகிறது. பால்ய விதவைகள் புனர்விவாகம் செய்து கொள்ளலாமென்று ஸ்ரீமான் காந்தி சொல்லுகிறார். ஆனால், அதைக்கூட உறுதியாகச் சொல்ல அவருக்குத் தைர்யம் இல்லை; மழுப்புகிறார். எல்லா விதவைகளும் மறுமணம் செய்துகொள்ள இடம் கொடுப்பதே இந்தியாவில் மாதருக்குச் செய்யப்படும் அநியாயங்கள் எல்லாவற்றிலும் பெரிதான இந்த அநியாயத்திற்குத் தகுந்த மாற்று. மற்றப் பேச்செல்லாம் வீண் கதை.

~~

33

Political Evolution in the Madras Presidency

...Mrs. Besant is now reputed to be a moderate of Madras and is earning a great name for abusing Mr. Gandhi more tirelessly than anyone else. But, in those days when the War was going on in Europe and the Indian mind was afire with new ideas and aspirations Mrs. Besant, while she stood resolutely on the side of the British Empire so far as the European struggle was concerned, wrote very strong things in favour of Indian liberty and against those who stood in the way of its realisation. Suddenly a storm arose in the southern province, a great and wild storm of Patriotism.

---

* Agni and Other Poems and Translations & Essays and Other Prose Fragments, p. 138.
• பாரதி ஆங்கிலத்தில் எழுதிய "Political Evolution in the Madras Presidency" என்னும் முழுமை பெறாத நெடுங்கட்டுரையில் அன்னிபெசண்ட் தொடர்பாகப் பேசுமிடத்தில் காந்தியைக் குறிப்பிட்டிருக்கின்றார். இந்தப் படைப்பு முழுமை பெற்றிருந்தால் அல்லது முழுமை பெற்ற வடிவம் கிடைத்திருந்தால் காந்தி குறித்த பாரதியின் விரிவான ஆங்கிலத்திலமைந்த பதிவுகள் நமக்குக் கிடைத்திருக்கும்.

தொகுப்பும் பதிப்பும்: ய. மணிகண்டன்

பாரதி சொற்பொழிவில் காந்தி

திருவண்ணாமலையில் பாரதியின் சொற்பொழிவு சுதேசமித்திரன் பதிவு

திருவண்ணாமலை

ஸ்ரீமான் சுப்பிரமணிய பாரதி: ஸ்ரீ அருணாசலேசுவரர் கோயில் பதினாறுகால் மண்டபத்தில் ஸ்ரீமான் ஆர். வி. கிருஷ்ணசாமி ஐயரின் அக்கிராசனத்தின் கீழ் 3-ந் தேதி ஒரு பொதுக்கூட்டம் கூடிற்று. சுமார் ஆயிரம் ஜனங்கள் கூடியிருந்தார்கள். மித்திரன் உப பத்திராதிபர் ஸ்ரீமான் சுப்பிரமணிய பாரதியார் இக்கூட்டத்தில் பிரசன்னமாகி இந்தியாவின் தற்கால நிலைமை என்னும் விஷயமாய் நீண்டதோர் பிரசங்கம் தெள்ளிய தமிழ் நடையில் செய்தார். இந்தப் பிரசங்கம் கேட்போர் மனத்தில் உற்சாகத்தையும் எழுச்சியையும் தரத்தக்கதாயிருந்த தென்பதற்கையமேயில்லை. தற்கால இந்தியா உலகத்திற்குப் பரமாசாரியனாக விளங்கிவிட ஏதுவிருக்கிறதென்பதற்கு உதாரணங்கள் பல காட்டினார். இராஜீய ஞானத்தில் இனி ஒப்புவமையில்லை என்று சொல்லும்படியான மகாத்மா காந்தி இந்தியாவில் உற்பத்தியாயிருக்கிறார் என்றும், விஷயங்களைக் கற்றுக்கொண்டவரையில் இந்தியா சிஷ்யனாக இருந்ததென்றும், இனி ஆசாரியனாக இருக்கும் பதவியை வகிக்க முன்வந்துவிட்டதென்றும் எடுத்துக்காட்டினார். இனி ஸ்வராஜ்யம் நமக்கு சித்திக்கப்போகிறது நிச்சயமென்றும் தைரியஞ் சொன்னார்.

---

* சுதேசமித்திரன்: 5-5-1921, ப. 7

ஸ்ரீமான் பாரதியின் வரவை எதிர்பார்த்துக் கூட்டம் அதிகமாய்க் கூடிற்று. ஆனால் அவர்க்கு எதிர்பாராது ஏற்பட்ட தேக அசௌகரியத்தினால் அவர் பிரசங்கம் செய்யும்போது இடையிலேயே மீட்டிங்கை விட்டு வெளிச்செல்ல நேர்ந்தது என்றாலும், அவர் 10 நிமிஷ காலத்திற்குள் மீண்டும் வந்து "ஜயபேரிகை கொட்டடா கொட்டடா" என்று பாட்டுப் பாடியது ஜனங்களுள் ஒரு உற்சாகத்தை எழுப்பியது. அவரும் அந்தப் பாட்டுப் பாடிப் பிரசங்கத்தை மன எழுச்சியுடன் செய்ததைத் திருவண்ணாமலை ஜனங்கள் மறக்கமாட்டார்கள் என்று நமது நிருபர் எழுதுகிறார்.

பகுதி 2

காந்தி பார்வையில் பாரதி

1

இந்தியன் ஒப்பீனியன் பதிவில் பாரதியின் 'பால பாரதா'

No. 33—Vol. 8. SATURDAY, AUGUST 20TH, 1910.

GENERAL SMUTS BOWS TO THE GREEKS

THE HEBREWS PATHETICALLY EMBRACED BY GENERAL BOTHA

The "Bala Bharata"

A Monthly Review of Indian Progressive Thought.

Highly spoken of by Eminent Thinkers and Patriots.

Annual Subscription Rs 1 8 0
6 Months Rs. 1 0 0
Foreign Subscription 1 Year 4/

Apply to:—

The Manager "BALA BHARATA
PONDICHERRY

Printed and Published by M. K. Gandhi, International Printing Press, Phœnix, Natal

2
காந்தி கடிதக் குறிப்புகள்

FOREWORD TO 'SRIMAD BHAGAVADGEETHAI'[1]

SABARMATI,
Paush Shukla 14, 1984 [January 6, 1928]

I am not conversant enough with the Tamil language to be able to say anything on the merits of this translation of the *Gita*. But this I can certainly say, that no Hindu should let a single day pass without the study of *Shrimad Bhagavad Gita*. The Translation will be of use to those who cherish the *Gita*.

MOHANDAS KARAMCHAND GANDHI

From a copy of the Hindi: C.W. 11167. Courtesy: C. Vishvanathan

---

1. A Tamil version of the *Bhagavad Gita* done in 1912 by Subramania Bharati, a Tamil poet and patriot, *Srimad Bhagavadgeethai* was published in 1928. Gandhiji wrote this foreword in Hindi at the request of Bharati's brother, C. Visvanathan.

The Collected Works of Mahatma Gandhi, Vol 41: 3 December, 1927 - 1 May, 1928, p. 89.

3
காந்தி கடிதக் குறிப்புகள்

LETTER TO S. GANESAN

SATYAGRAHA ASHRAM, SABARMATI,
October 26, 1928

MY DEAR GANESAN,

Here is a letter from Spain. Please send him the information he wants, and the books you should send only when he sends the money for them.

Mr. Gregg is here and he complains of absence of any letter from you, even regarding business enquiries. He tells me that you have not even sent a book to Mr. Roy in Shantiniketan. I have now sent a copy to Mr. Roy from here. Why all this negligence?

With reference to your letter about Bharati's songs, I have sent you a wire today.

I wrote also to the Maharajah of Nabha some time ago.

Yours sincerely,

SJT. S. GANESAN
18 PYCROFTS ROAD, TRIPLICANE, MADRAS

The Collected Works of Mahatma Gandhi, Vol 43: 10 September, 1928 - 14 January, 1929, p. 150.

4

பாரதி பாடல்களுக்குத் தடை

Justice Run Mad

I reproduce elsewhere in this issue the first instalment of a sample of the translation of the Tamil songs of the late Bharati, the Tamil Poet, whose songs were the other day confiscated by the Madras Government acting under instructions, or, it is perhaps more proper to say, orders from the Burma Government. The Burma Government it appears in its turn suppressed these songs not by any order of court but by executive declaration. It appears that under that declaration the books of this popular Tamil poet which have been in vogue for the last 30 years and which, as appears from the evidence before the High Court of Madras, were under consideration by the Education Department of Madras for introduction in the school curriculum, are liable to confiscation in any part of India. I must confess that I was unaware of any such wide executive powers being held by provincial Governments. But these are days in which we live and learn. This was no doubt a matter falling under the jurisdiction of the Education Minister. But it is becoming daily more and more clear that these Ministerial offices are a perfect fance, even as the legislative chambers are and that the Ministers are little more than clerks registering the will of the all-powerful I.C.S. Therefore

---

Young India: 13-12-1928, p.412.

the poor Education Minister could do nothing to save these popular books from confiscation. Probably at the time the confiscation took place, he had even no knowledge, or if he had, he was not even told what it was that he was really signing. In due course however the confiscation attracted public attention. Pandit harihara Sharma of Hindi Prachar Karyalaya and publisher of Bharati's songs, on behalf of his poor widow, could not sit still under the confiscation. He therefore moved the public and the matter was naturally debated in the Legislative Council which Condemned the confiscation. Pandit Harihara Sharma even petitioned the High Court for an order to set aside what was clearly an illegal confiscation, and because of some understanding that the order of confiscation will be withdrawn, that the books will be returned and that the Madras Government will make reparation to the poor widow, the petition has been withdrawn. But the wrong still remains. One can only hope that the expectations of Pandit Harihara Sharma will be fulfilled and that the wrong will be remedied by the return of the books. But whatever reparation is made by the Madras Government, the sense of wrong will abide and so will the sense of insecurity created in the public mind by the action of the Madras Government in Slavish obedience to the Burma Government.

M.K.G.
[M.K. Gandhi]

~~

5
பாரதி பாடல் மொழிபெயர்ப்புகள்

I
Bharati the Tamil Poet

Subrahmanya Bharati was the Poetical expression in the south of the Indian National awakening of this century. He was Poet laureate of the Tamil country crowned by the unanimous approbation and love of the people. His songs are sung by young and old throughout the land, in homes and at public gatherings. Their hold on the popular mind is great and lasting, and transcends the divisions of creed and caste. Bharati was a Brahman but his poetical genius was permeated by an unflinching spirit of equality. Freedom and equality of the high and the low castes, of men and women, were the hunger of his soul and the inspiration of all that he sang. Breaking boldly away from old-time stiffness of form and thought, Bharati adapted the spoken tongue and folk-music to the aspirations of India renascent.

Bharati was born in 1882. From 1904 to 1908 he edited Tamil journals in Madras. In 1908 he found refuge from repression at Pondicherry where he remained till 1918 suffering great hardship and privations. He then returned to Madras in shattered health, and died soon after, in 1921, at the early age of thirty-nine. His collected songs have been published by

---

Young India: 13-12-1928, p.410, 411.

his widow in two volumes. They have been distributed all over the Tamil country and have attained the rank of permanent literature. But the Burma Local Government has under the powers given by repressive legislation recently declared the books to be seditious, and by force of that executive declaration, rendered the books liable to be seized by the police anywhere in India. Accordingly, the Madras police recently seized and carried away 2,000 copies from the publishers' office in Madras. There was a storm of indignation in the country. It was notorious that the Minister for Education and all his colleagues felt that the action was improper, but depending as they do for their existence on the continual support of the official element, were too weak to interfere. The Madras Legislative Council passed a resolution condemning the seizure in unqualified terms. During the debate, the Government offered no defence beyond pleading that they acted under instructions from the Burma authorities and not on their own initiative. Nothing, however has since been done by the Madras Government to undo, the wrong. Below are some of the songs rendered by me into English.

C.R.

[C. Rajagopalachari]

Vande Mataram

[The following is a translation of Bharati's Vande mataram which has become the Tamil National Anthem. The directness of expression of the original Tamil is inimitable. The emphasis in this song composed more than twenty years ago is on the unconditional lifting of the 'untouchable' to equality with others in the nation's rebirth. Bharati's genius and vision were combined with rare courage, and in composing an anthem for general acceptance, he not only dared to include this idea, but placed on it the dominant emphasis of the song. The middle and higher classes bowed before the flood of his energy and inspiration and accepted it without demur and sang the song of 'pariah' emancipation along with their own.]

    Vande mataram say we
    to our great earth mother bow we.

Castes and creeds we mind not:
Who are born in this sacred land,
They are of noble birth:
Be they Brahmans
Or be they else.   Vande mataram &c.

Low-born Pariahs are they?
Why, they are our flesh and blood,
Must live and die with us:
Look not on them as outsiders:
Have they wronged us as foreigners have done?
        Vande mataram &c.

Yes, here are a thousand castes:
But is that reason for others to come in?
Children of one mother
May fight among themselves,
But still are brothers bound together.   Vande mataram &c.

There is life if we unite:
But shame shall be the lot of all
If we fight: know this truth.
If we realise this well
What else shall we need?   Vande mataram &c.

That which we attain,
Be it honour or shame,
We shall share it all.
Life to thirty crores
Or death for all of us.   Vande mataram &c.

We shall blush for the days that are gone of willing bondage.
We shall retrieve the past,
And spurn this comfortable slavery,
And say Vande mataram
And bow to our great Earth mother.

(The Following is another short national anthem.)

Vande mataram - jaya
Vande mataram.
Jaya jaya Bharata!
In the land of the Aryas,
Daughters and sons
Of the mother land,
Sing these brave words: Vande &c.

Sunk in misfortune,
Burning in agony,
May our countrymen sing
The joyful words:　　　　　　　　　　　　Vande &c.

Stand we united
In Victory or in Death
Lustily shall we sing:　　　　　　　　　　Vande &c.

Palla Song

(The Pallas are a Tamil caste of 'untouchables.')

Dance, brothers, and let us sing,
We have found Liberty sweet.
Dance brothers and let us sing.
No more shall we call the Brahman Lord!
No more shall we call the white man master!
No more shall we bow to those that live by begging.
No more shall we toil as slaves
For those that deceive us -　　Dance brothers &c.

Liberty, wherever we go
They speak of Liberty.
We are all equal, this has been made clear.
Blow the conch, sound Victory,
Let us proclaim this all over the earth!
　　　　　　　　　　　　Dance brothers &c.

The day of equality has come,
The end of falsehood and deceit has arrived.
There is no noble birth but goodness.
The evil-minded can no more flourish.
　　　　　　　　　　　　Dance brothers &c.

The tillers of the soil, and labour
Shall be glorified.
The idle we shall treat with disregard.
Shall we exhaust our limbs
Watering the waste for nothing?
No, we shall no longer toil for the idlers.
Dance brothers &c.

This land we live in is ours:
We have learnt this now.
It belongs to us by right;
We know it now.
We shall be slaves to none on this earth,
Our servitude is but to the Almighty.

Allah

The myriad worlds ceaseless roll
In Space infinite,
Under Thy command.
No word nor thought can reach Thy light.
Allah, Allah, Allah!

The ignorant, the untruthful,
The evil-doers, the profligate, and the unjust:
Death shall have no terrors for any,
If but they kneel before Thee.
Allah, Allah, Allah!

Love them that hate

Love them that hate
Love them that hate, my good self,
Love them that hate.

Enveloped by smoke burns fire,
Have we not seen this, my good self?
Enveloped by hatred burns love,
Have we not seen this?
Our Lord is there.
    Love them that hate, my good self,
    Love them that hate.
In the oyster-shell grows the-good pearl;
Know you not this, good self?
Inside the dung-hill lives the spirit
That bursts forth into many-coloured flower and creeper.
    My good self, love them that hate &c.
If but an evil thought enters the mind,
It loses its balance and its calm.
Good my self, a drop of poison
In the honey cup, it renders it all undrinkable.
    Love them that hate &c.
Seeking Life, let us wish harm to none,
Good my self;
To wish harm for others is Death for us:
Know you not this truth, good self?
    Love them that hate &c.
Love even the wild tiger
That springs to make a meal of your flesh:
For, know it is the great mother of all
That comes in that shape-Bow to her
    my good self.
    Love them that hate &c.

~~

II*
Bharata Desh

We are proud of Bharata Desh:
No more shall fear distress us,
No more shall hatred grieve us.

On our snowclad silver mountain we will roam;
Over the wide ocean sail out on our ships;
The whole country shall be a temple unto us.
Our Bharata Desh, we shall sing, and proudly dance.
We will build a bridge to the ruby isle,
And make our Rama's *setu* a great big street.
The overflowing waters of Bengal we shall bring
To feed the highlands and the wastes.

Deep mines we will dig
For gold and gems and every precious thing:
And go to the eight points of the earth
For commerce and return, our ships full laden
With all our prosperous people want from abroad.

In the southern sea we shall fish for pearls:
And on the western coast our land shall teem
With eager merchants from the world,
Offering their goods for our wares,
      Floating on the Indus under the moon

---

* *Young India:* 3-1-1929, p.2-4.

Fair damsels from Malabar shall make holiday.
And in their boats shall be heard
The songs of freedom – loving Andhra.

The wheat of the Ganges Valley
Shall be exchanged for the *pan* of the Kaveri land.
We will make rich gifts of Malabar ivory
In return for the brave songs of Maharashtra.

The philosophers debating in Kashi,
We will have instruments to hear them at Kanchi.
We will honour the heroes of Rajasthan
With the beautiful gold of Karnatak.

Silk and cotton fabrics we shall weave
And fill the streets mountain high,
And give them to traders from abroad,
Who shall give us rich wares in return.
Arms we will make; paper we will make;
Factories we will build; and colleges establish:
We will not be idle, we will not weary:
Truth shall be our speech, and charity our deed
The magic of science shall be ours.

We will map the heavens, and measure the ocean,
And unravel the secrets of the moon.
We will train our hands to every art.
We will beautify our cities,
Aye, and replant the forests too.

Poems we will write, pictures we will paint,
And foster learning of every kind.
We will look to the blacksmith's forge,
And find joy in every honest art that feeds the world.
Umbrellas for the sun we will make,

And tools for agriculture.
Hessian bags and hardware;
Swift vehicles of all kinds, and dreadnoughts too.
The Tamil bard and her immortal words we'll cherish:
She taught us that castes there were none but two,
Those that stood upright and walked in the way of charity,
These were of noble birth; and all the rest low - born.
We are proud of Bharata Desh
No more shall fear distress us,
No more shall hatred grieve us.

Morning Song
To Bharata Devi

The day has dawned! Our prayers have been heard.
Our littlenesses have like the darkness disappeared;
The Sun of knowledge has spread the golden light.
Crowding here in myriads to offer worship and homage
Are your children waiting, bound in service unto you.
Why, my mother, are you yet asleep?
'Tis strange! Rise, rise and bless us.
The birds are making song; the drums are beating,
The blast of Freedom is heard everywhere.
Have you not heard the victorious conch?
The damsels are crowding in the city streets;
The Brahmans are chanting the Veda
And singing your illustrious name.
O Mother, nectar-sweet!
O Mother, dear as life! Rise, rise and bless us.
We have seen the sunlight in the heavens;
But we yearn to see the light of your lustre on the earth.
We have brought heart – flowers to offer at your feet,
                                      melting with love.

From you were born the Shrutis
And all the far – famed knowledge
You hold in your hand a spear,
At sight of which the Rakshasas quake;
Spotless one! Rise, rise and bless us.

Know you not that our minds are thirsting
To drink the light of your lustrous eyes?
O thou of golden form! O holy one that begot
The snow - crowned Himalaya!
How long must we wait acrying for your grace?
What sufferings yet undergo?
 Still asleep, O cruel one?
Sweeter than life! Rise, rise and bless us.
Will you yet sleep, great queen?
Can a mother remain unmoved
When her lisping children entreat?
Queen of Bharata! We shall sing your praise
In all your eighteen tongues so rich and sweet.
Come and rule us, make us glad.
Mother that begot us, rise, rise and bless us.

Liberty

Those that set their brave hearts on liberty,
Will they take aught else thereafter?
Thirsting for the nectar of gods,
Would they think of toddy?
Dharma alone lives; all else is transient;
Those that have seen this truth,
Would they seek to live thereafter
In servitude dishonourable?
Every one that is born must surely die;
Those that have realised this law,
Would they deem it pleasure to live,
Disregarding honour and duty?
To be born as man is rarest privilege:
Those that realise this truth,
Would they agree to enslave their souls,
Even if their bodies be thrown in the fire?
Would you barter – the sun that shines in the sky
For a glow - worm to play with?
Losing freedom, dearer than eyesight,
Can you live in servitude bowing?
Thinking to enjoy comforts
Would you give up freedom?
Is it not foolish to buy a picture,
Selling both your eyes for the price?
Having said *Vande mataram* and bowed to the mother,
Can you offer worship to *maya?*
How can you ever forget that *Vande mataram*
Is the true song of salvation?

Awakening

Not with water, but with hot tears
Did we water this crop;
O God! Is it Thy will
That it should wither?
This beautiful lamp is burning
With our hearts melted for oil
And lighted with our lives;
O God! Is it Thy will
That it should go out?
Lying weary for a thousand years,
On a sudden, unexpectedly,
We came upon this priceless treasure;
Shall we lose it, at last?
Dharma alone wins, say they.
Is this going to be falsified?
Have we not suffered enough
For our sins?

Our noblest sons are locked in jail
Our learned men are grinding
At the prison mills, suffering,
Hast Thou not seen?

Deprived of all your gifts
We stand, mother!
Who can heal our woes
But Thou alone?

Is not sweet liberty
Thy choicest gift?
When cruel men rob us of it,
Wilt Thou not defend?

If the heavens withhold the rain
Can life exist?
Without divine Liberty
How shall we live?

They say, Thou givest all
That man truthfully desire.
Are we deceiving?
Are not our hearts pure?

Is it to deceive
We offer body, wealth and life?
Is it to deceive
We are bitterly lamenting
Writhing in pain?

'Tis for Thee and through Thy grace
And Thy privilege that we claim
Why dost Thou
Remain pitiless?

Are we asking
For something new?
Did not our fathers
Live glorious days?

If thou and *Dharma* uphold the world,
Before we are weary
Give us this single gift.

III*
My Heart Aches

Oh my heart aches, my heart aches,
At sight of these foolish brothers mine.
In ceaseless fear they spend their lives;
They quake at this, they tremble at that,
There is nothing in the world but causes fear in them.
Oh this is a haunted tree, they say.
Oh that tank has an evil spirit,
There is a wicked devil in this house!
Thus ever frightened by their own visions.
They make their lives miserable.
    Oh my heart aches, my heart aches,
    At sight of these foolish men.
He casts spells, they would say,
And saying quake in fear.
Black magic, evil charms and what not
Make these foolish men unhappy.
Kings rule because the subjects consent;
Authority governs with the people's taxes.
But these foolish brothers mine
Quake and tremble at Government
As before a monster grim.
    Oh my heart aches, my heart aches,
    At sight of these foolish men.

Young India: 17-1-1929, p.23, 24.

At sight of a soldier they shake and shiver.
They go pale with fear
When a chowkidar approaches;
And if a man afar should carry a gun
They would quickly retreat
And hide in their houses.
He is here, he is there, they would say
And suffer mortal fear.
Somebody may pass along the road;
Looking at his clothes, they would rise.
In obeisance humble, not knowing who.
They would ever be in the posture of homage;
And walk about like cats,
In fear and trembling, all their lives.
  Oh my heart aches, my heart aches,
  At sight of these foolish men.
And when I think of their divisions.
Oh my heart aches, my heart aches!
Not one, not hundred, but verily a crore!
A five-headed snake , the father would say:
If his son were to say six-headed,
Sworn enmity would result;
And the family would be rent in twain.
  Oh my heart aches, my heart aches,
  At sight of these foolish men.
No knowledge or Scripture is their concern;
But blind faith have they in every imposter's word.
Honest difference they cannot bear.
But would excommunicate and condemn
On breach of a single rule.
They would bow to rascals
That utter fulsome flatteries.
I am a Saivite, one would say.
I am a devotee of Hari, another.

And they would wax furious and fight thereupon!
    Oh my heart aches, my heart aches,
    To See these foolish men
But yet I cannot hate them.
It breaks my heart to see
My brothers in grievous poverty suffering,
Yet they know not why they are so afflicted.
Famine, famine, every day
They die in dire distress:
Is there no way to relieve them ?
    Oh my heart aches, my heart aches,
    At sight of these foolish men.
Countless their afflictions,
They have hardly strength to walk.
They are like children blind,
Led by every fool or rogue.
In this land of glory, land of sciences,
Sacred Land where a thousand generations
Lived in glory and died happy.
Must these pass their days like beasts
without reason, blind ?
    Oh my heart aches, my heart aches,
    To see these foolish brothers mine.

Hail New India

Hail, New India!
Hail to India, reborn!
Thirty crores of men and women,
All owning all:
The like of this in the world
Was never seen before!
     Hail &c.
Banish the crime
Of man robbing man
Of his daily bread.
No more can man be callous
To the pain of his brother.
Inhumanity is gone,
Gone from our land for ever.
Gardens fair and fertile fields
Cover this wide country of ours.
Fruit and harvest of every kind
Yielding abundance rich,
Oh, this fair land of ours,
Rich and inexhaustible ?
     Hail &c.
We have made this law,
And we shall guard it well !
Not a single soul shall be hungry

And go without food in our land,
Rather shall we destroy the world .
    Hail &c.
'I am in every soul,' said the Lord;
He said it in Kurukshetra.
We shall spread this truth
The wide world over,
And show the way to man
To realise the the god within.
Yes, India shall teach the world,
India shall show the way.
    Hail &c.
One family are we all
Children of one dear mother.
All are equal, all alike
No high and no low among us.
Of equal weight and equal price
Each one of us is a king.
Yes, we are kings of this land !
Ye all of us are kings of our own land.
    Hail &c.

Saraswati

She rests in the white lotus flower:
She floats on the trembling tunes of the Vina.
She is in the overflowing heart of the poet.
That makes joy and song for the people.
She sparkles in the holy Scriptures
That tell us the secret of true Existence.
She dwells in the speech of the Sages,
Devoid of untruth and full of love.

She is in the sweet songs of women,
In the tender baby's lisp:
She is in the Kokila's melodious voice,
In the tongue of the beautiful parrot.
She is in the carvings of the temple-tower,
In every work that is faultlessly done.
Her form is joy itself.

She is honest labour's guardian God
The smith, the sculptor, the carpenter,
The good trader, brave soldier, and true Brahman
All bow to Her, Queen of all Knowledge.

All-knowing One that teaches men to shun evil,
Strengthens the faith of the good,
Worshipped by men of high resolve,
The God of those that live

By the sweat of their brow,
The god of the poets, the God of the Gods!

Oh men that dwell in fair Tamilland!
Come join in worship of this God!
But know it is not easy to offer her worship.
Piling up some palm leaves,
Mumbling some ununderstood words,
And throwing Sandal and flowers thereon,
This is not the worship she wants!

Light the lamp of knowledge in every house,
Have a school or two in every street;
Not a town or village in the whole country
But must have many centres of instruction.

Burn the place down where ignorance reigns:
This is the worship that will please Her,
The God that removes all trouble, all grief.

The lands of the Huns the Greeks,
And the land of the rising sun,
China, old Persia, Egypt and brave Turkey,
All are bright with the rising light of knowledge.

Living in the land of Bharata,
The home of all knowledge,
Strange it should be if you continue
In your present low estate,
Humiliated and indifferent to the call
Of arts and letters.
Is it for men to feed and exist
Like the beasts of the field?
But grieve not for the neglects of the past:
Come let us work to remove the shame.

Make sweet and fragrant gardens;
Build tanks and fountains for the thirsty,
A thousand homes for the destitute,
Ten thousand temples for worship.
But greater gift than all these,
By which all these may shine
With greater lustre
Is the gift of letters to the poor.

Come heap your gifts, rich and poor,
The affluent shall bring in gold,
The poor shall pay in copper pies.
And those who cannot give gold or copper.
Shall give true toil for the cause.
Sweet voiced women, you too,
Must help this worship of Vani,
Give anything, help anyhow,
Let us fulfil this sacred task.

~~

IV*
At one with the Universe

Sound the Victorious Drum!
We have killed the demon of Fear;
We have destroyed the serpent of untruth,
Never more shall it raise its head again.
We've begun to live the Vedic life,
And drink ceaseless joy from the wide world,
      Sound the Victorious Drum.

We have bathed in the Sun,
We have drunk to our fill the nectar of Light.
We have opened wide our eyes,
And Death that stalks in the darkness for his prey
Trembles before us.
      Sound the Victorious Drum.

The fowls of the air are our cousins,
The ocean and the mountains are our kin;
The wide universe is but ourselves.
Oh the inexpressible joy of this life!
      Sound the Victorious Drum.

Young India: 24-1-1929, p.26, 27.

 [I continue to publish the balance of C. R.'s translations for their intrinsic merit in spite of the fact that the ban has now been lifted though late in the day.   - M. K. G.]

The Past

The past is gone, O foolish men,
It will never return.
Do not waste yourselves away
In the consuming pit of worry
Ever thinking of what is gone.
Think that you are born today
With fresh mind and strong heart.
All evil shall be destroyed
And never can it return:
Set this deep and firm in your mind
And put joy into your Lives.

Exorcision

Come, let us drive away
The evil spirits that possess
And afflict our land.
Come, say with me:
Weak – limb, be gone!
Faint heart, be gone!
Sad – face, be gone!
Go blindness, go away.
Go weak - voice, go away.
Lacklustre, go away.
Ever - afraid, go away.
Pleasure in servitude, go, go away!

Wouldst live like a dog
In sacred Bharata? Go away!
Dost fear to do the right? Go away!
Would shamelessly beg and cringe? Go away!
Cannot understand victorious truth,
But to your misguided eyes
All untruth it seems? Go, go away!

You learn the languages of the world,
But your own, will you neglect? Go, go away!
You excel in a hundred sciences,
But you will not practise what you learn? Go, go away!
    Unceasingly you will argue
    And contradict most ably; go, go away!

You name for yourself
A hundred castes? Go, go away!
You cannot follow a single *Dharma?* Go away!
You speak high philosophy
But for a copper coin
You will forget it all
And shamefully extend your hand; go, go away!
You have no fear of sin? Go, away!
You dare not oppose the wrong!
But would flee in fright? Go, go away!
On the beautiful jewel bright
Like accumulated dirt you sit? Go, go away

Freedom

Freedom! Freedom! Freedom!
To the Pariahs, to the Tiyas, to the Pulayas, Freedom!
To the Paravas, to the Kuravas, to the Maravas, Freedom!
Come, let us labour, all.
Sparing naught and hurting none,
Walking in the way of truth and light.

There shall be none of low degree,
And none shall be oppressed.
Born in India all are of noble birth.
Wealth and Learning, may they flourish
With joy of mind! Let us live
Like brothers all alike.

Perish ignorance
In man and woman alike!
No more subordination,
In every walk of life, equality!
Man and woman shall equal be
In this land of ours,
Freedom! Freedom! Freedom!

To the Pariahs, to the Tiyas, to the Pulayas, Freedom!
To the Paravas, to the Kuravas, to the Maravas, Freedom!

Worry Not

The trees of this earth
And the fragrant flowers,
The creepers clinging to the trees,
The healing herbs,
The plants and the grass,
Do they worry how to live?
We do not plough nor sow
Nor guard and water them.
 If but the heaven pours
Its bounteous waters,
The earth shall bear
Bounteous fruit.

I will not worry about life;
Brothers, accept my creed.
Kill not your souls,
Waste not your bodies
In seeking the means of life.
Nature will feed you,
Your only work here below
Is doing deeds of love.

[DANCE]

Dance my sisters, dance my sisters
Round and round, round and round.
Clap your hands, to mark the time,
Loudly clap, that all may hear.
The evil spirits that possessed us
Are gone, are gone.
        Dance my sisters, etc.

We've found our own souls, our own souls.
The touch of books is no more sin;
They are gone that doomed us to ignorance.
The funny men that in prison homes
Sought to imprison woman's soul
Are gone, are gone.
        Dance my sisters, etc.

Like breaking beasts of burden and yoking them to work
They tried to rule woman and run the home.
We have broken from that, sisters.
We have broken from that.
        Dance my sisters, etc.

They bought us like pet dogs
And gave us dog's rights;
We were not partners with them.
They grievously erred, sisters.
But it is changed, sisters, all changed.
        Dance my sisters, etc.

They talked of chastity, sisters.
  Chastity is good for both, say we.

Down with compulsion, down with slavery,
Down with marriage without consent.

Rank and rule in this earth
Shall be woman's and man's.
> Dance my sisters, etc.

The realm of knowledge we shall explore;
We shall not lag behind the men;
Knowledge shall be ours as well.
We shall join in the making of laws.
We shall grow food for the world.
We shall beget gods for the world.
Dance my sisters, etc.

Wedlock shall be based on love
Wedlock shall be lived in partnership.
We shall surpass the brave days of old
In woman's godliness and women's honour.
> Dance my sisters, dance my sisters
> Round and round, round and round.
> (Concluded)

(Translated by **C. R.**)

~~

6

பாரதி மணிமண்டபத்திற்குக் காந்தி தமிழில் எழுதிய வாழ்த்து

பாரதி ஞாபகார்த்த
பிரயத்தனங்களுக்கு என
ஆசிர்வாதம
மோ. க. காந்தி

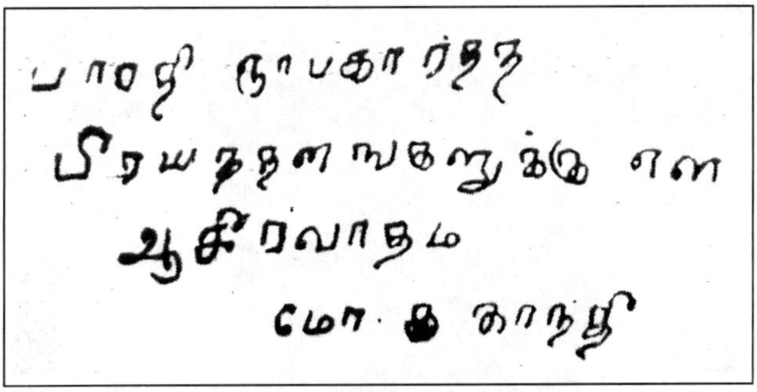

பகுதி 3

காந்தி – பாரதி சந்திப்பு

உடனிருந்தோர் பதிவுகள்

1

அமிர்தா

பாரதியார், இராஜாஜி, மகாத்மா காந்தி

சுப்பிரமணிய பாரதியார் மகாத்மா காந்தியைத் தான் பார்க்கப் போவதாகவும் என்னைத் தன்னுடன் வரும்படியும் அழைத்தார். அந்த சமயம் வ.ரா. ஸ்ரீ இராஜகோபாலாசாரியார் இல்லத்தில் வாஸம். 1919ஆம் அண்டு, மாதம் தேதி நினைவில்லை. மகாத்மா அப்போது பட்டணத்தில் தங்கியிருந்தார். இராஜாஜி பிரபல வக்கீலாக இருந்து, நல்ல வருமானம் உள்ள தொழிலைத் துறந்து இராயப்பேட்டையில் ஒத்துழையாமை இயக்கத்தை மகாத்மா காந்தியின் ஆதரவில் தொடங்கப்போவதாக பட்டணத்தில் பெருத்த வதந்தி உலவிக் கொண்டிருந்தது. மகாத்மா காந்தியைப் பார்க்க மக்கள் திரள் திரளாய் வந்துகொண்டிருந்தார்கள். சுப்பிரமணிய பாரதியாருடன் நானும் அங்கு வந்து சேர்ந்தேன். வேலியால் சூழப்பட்ட ஒரு பெரிய தோட்டத்தின் நடுவில் அழகான பங்களாவில் பிரவேசித்த போது வெளியில் ஒருவர் பாதரக்ஷைக்கு மெருகு கொடுத்துக்கொண்டிருந்ததை கண்டேன். அவரை அணுகி பாரதியார் வந்திருக்கும் கருத்தை தெரிவித்தேன்.

அவர் தலைநிமிர்ந்து என்னைக் கண்டதும் உள்ளம் பூரித்து, கையிலிருந்த செருப்பு முதலியவற்றைப்

---

* *ஸ்ரீ அரவிந்த தரிசனம்* (அமுதன் நினைவு அஞ்சலி), பக். 88, 89.

போட்டுவிட்டு என்னை வாரி அணைத்துக்கொண்டார். அது சமயம் சிறிது தொலைவில் வாசலுக்கருகில் உள்புறத்தில் பாரதியார் நின்றுகொண்டு நான் கொண்டுவரும் பதிலுக்காக காத்துக்கொண்டிருந்தார். என்னை உபய குசலங்கள் விசாரித்து விட்டு "ஏதடா தர்ம சங்கடத்தில் கொண்டு சேர்த்துவிட்டாய். காந்திஜியைப் பார்ப்பது அவ்வளவு சுலபமல்ல. முதலில் ராஜாஜியிடம் தெரிவிக்க வேண்டும், பிறகு அவர் காந்திஜியைக் கேட்டு நாள் குறிப்பிடுவார். இது உடனே நடக்கக்கூடிய காரியமல்ல" என்று சொல்லி முடித்தார். எனக்கோ, இந்த பதிலை பாரதியாரிடம் தெரிவிக்க தைரியமேயில்லாததினால், "நீங்களே வந்து பாரதியாரிடம் விஷயத்தைத் தெரிவித்துவிடலாமே" என்று சொன்னேன். வாசலுக்கருகில் உள்புறத்தில் நின்றுகொண்டிருக்கும் பாரதியாரை வணங்கிவிட்டு வ.ரா. சொல்லுகிறார்: "உள்ளே கூடத்தில் வந்து அமருங்கள், இராஜகோபாலாச்சாரியார் இதுவேளை ஸ்நாநாதிகளை முடித்திருப்பார். நீங்களே அவரிடம் வந்து காரியத்தை நேரில் தெரிவிக்கலாம்" என்றார்.

பாரதியார்: "நான் தெய்வ ஆக்ஞை பெற்று காந்திஜியைக் காண வந்திருக்கிறேன். அவரை உடனே பார்க்கவேண்டும்" என்று கூடத்தில் அமர்ந்திருந்த பாரதியார் சொன்னதை இராஜகோபாலாசாரியார் கேட்டு பிரமித்து ஒரு சிறிது தயங்கி பிறகு இதோ பதில் கொண்டு வருகிறேன் என்று சொல்லிக்கொண்டே காந்திஜியைக் காணச் சென்றார்.

பாரதியார் காந்திஜியைப் பார்த்துத்திரும்பியது இரண்டு நிமிடம் கூட இருக்காது, பங்களாவில் அரைக்கணம் கூடத் தங்காது வ.ரா. விடம் விடையும் பெறாது என் கையைப் பிடித்து இழுத்துக்கொண்டே பங்களாவை விட்டு வெளியே பறந்துவிட்டார் பாரதியார். வில்லைவிட்டுக் கிளம்பிய அம்பைப் போல்!

காந்திஜியுடன் என்ன நடந்தது என்று எனக்கு சொல்ல யாருமே இல்லை. என்னென்னவோ வதந்தியெல்லாம் கிளம்பிற்று – அவ்வளவுதான்!

~~

2

வ.ரா.

இன்னொரு சம்பவம் ஏககாலத்திலும் மகிழ்ச்சிக்கும் துக்கத்துக்கும் உரிய சம்பவமாகும். அட்சரலட்சம் கொடுக்கும்படியான ஐந்து பாட்டுகளைப் பாரதியார் மகாத்மா காந்தியின்பேரில் பாடியிருக்கிறாரே, அவ்விருவரும் சந்தித்து உறவாடியதாக இதுவரையிலும் தெரியவில்லையே என்று நீங்கள் ஆச்சரியப்படலாம். பாரதியாரும் மகாத்மாவும் சந்தித்தார்கள்; பேசினார்கள்; ஒரே தடவையில், ஒருவரையொருவர் நன்றாகத் தெரிந்துகொண்டார்கள்.

1919ஆம் வருஷம் பிப்பிரவரி மாதம் காந்தி சென்னைக்கு வந்தார். ரௌலட் சட்டம் என்ற அநியாயச் சட்டத்தை ரத்து செய்வதற்காகக் கிளர்ச்சி செய்ய வேண்டும் என்றும், அதற்குத் தலைமை வகித்து அதைக் காந்தி நடத்த வேண்டும் என்றும் இந்தியாவில் இருந்த பிரமுகர்களில் பலர் காந்தியைப் வேண்டிக்கொண்டார்கள். காந்தி இசைந்தார். அதற்காகத்தான், காந்தி முதன்முதலில் சென்னைக்கு விஜயம் செய்தார். சத்தியாக்கிரக இயக்கத்தை ஆரம்பிக்குமுன் அணைகோலுவதைப் போலிருந்தது இந்த விஜயம்.

அப்பொழுது ராஜாஜி, கத்தீட்ரல் ரோட், இரண்டாம் நெம்பர் பங்களாவில் குடியிருந்தார்; அந்தப் பங்களாவில்தான் காந்தி வந்து தங்கினது நாலைந்து நாள்கள் தங்கியிருந்தார். ஒரு நாள்

---

* மகாகவி பாரதியார், பக். 163–166.

மத்தியானம் சுமார் இரண்டு மணி இருக்கும். காந்தி வழக்கம் போலத் திண்டு மெத்தையில் சாய்ந்துகொண்டு வீற்றிருந்தார். அவர் சொல்லிக்கொண்டிருந்ததைப் பக்கத்தில் உட்கார்ந்திருந்த மகாதேவ தேசாய் எழுதிக்கொண்டிருந்தார்.

காலஞ்சென்ற சேலம் பாரிஸ்டர் ஆதிநாராயண செட்டியார் குடகுக் கிச்சிலிப் பழங்களை உரித்துப் பிழிந்து மகாத்மாவுக்காக ரசம் தயார் பண்ணிக்கொண்டிருந்தார். ஒரு பக்கத்துச் சுவரில் ஏ. ரங்கசாமி அய்யங்கார், சத்தியமூர்த்தி முதலியவர்கள் சாய்ந்து நின்று கொண்டிருந்தார்கள். அந்தச் சுவருக்கு எதிர்ச் சுவரில் ராஜாஜியும் மற்றும் சிலரும் சாய்ந்துகொண்டு நின்றிருந்தார்கள். நான் வாயில் காப்போன். யாரையும் உள்ளே விடக்கூடாது என்று எனக்குக் கண்டிப்பான உத்தரவு.

நான் காவல் புரிந்த லட்சணத்தைப் பார்த்துச் சிரிக்காதீர்கள். அறைக்குள்ளே பேச்சு நடந்துகொண்டிருக்கிற சமயத்தில் பாரதியார் மடமடவென்று வந்தார்; “என்ன ஓய்!” என்று சொல்லிக்கொண்டே, அறைக்குள்ளே நுழைந்துவிட்டார். என் காவல் கட்டுக் குலைந்து போய்விட்டது.

உள்ளே சென்ற பாரதியாரோடு நானும் போனேன். பாரதியார் காந்தியை வணங்கிவிட்டு, அவர் பக்கத்தில் மெத்தையில் உட்கார்ந்துகொண்டார். அப்புறம் பேச்சு வார்த்தை ஆரம்பித்தது:

பாரதியார்: மிஸ்டர் காந்தி! இன்றைக்குச் சாயங்காலம் ஐந்தரை மணிக்கு நான் திருவல்லிக்கேணிக் கடற்கரையில் ஒரு கூட்டத்தில் பேசப் போகிறேன். அந்தக் கூட்டத்துக்குத் தாங்கள் தலைமை வகிக்க முடியுமா?

காந்தி: மகாதேவபாய்! இன்றைக்கு மாலையில் நமது அலுவல்கள் என்ன?

மகாதேவ்: இன்றைக்கு மாலை ஐந்தரை மணிக்கு, நாம் வேறோர் இடத்தில் இருக்க வேண்டும்.

காந்தி: அப்படியானால், இன்றைக்குத் தோதுப்படாது. தங்களுடைய கூட்டத்தை நாளைக்கு ஒத்திப் போட முடியுமா?

பாரதியார்: முடியாது, நான் போய் வருகிறேன். மிஸ்டர் காந்தி! தாங்கள் ஆரம்பிக்கப் போகும் இயக்கத்தை நான் **ஆசீர்வதிக்கிறேன்.**

பாரதியார் போய்விட்டார். நானும் வாயில்படிக்குப் போய்விட்டேன். பாரதியார் வெளியே போனதும், ‘இவர் யார்?’

என்று காந்தி கேட்டார். தாம் ஆதரித்துவரும் பாரதியாரைப் புகழ்ந்து சொல்வது நாகரிகம் அல்ல என்று நினைத்தோ என்னவோ, ரங்கசாமி அய்யங்கார் பதில் சொல்லவில்லை. காந்தியின் மெத்தையில் மரியாதை தெரியாமல் பாரதியார் உட்கார்ந்துகொண்டார் என்று கோபங்கொண்டோ என்னவோ சத்தியமூர்த்தி வாய் திறக்கவில்லை. ராஜாஜிதான், "அவர் எங்கள் தமிழ்நாட்டுக் கவி" என்று சொன்னார்.

அதைக் கேட்டதும், "இவரைப் பத்திரமாகப் பாதுகாக்க வேண்டும். இதற்குத் தமிழ்நாட்டில் ஒருவரும் இல்லையா?" என்றார் காந்தி. எல்லோரும் மௌனமாக இருந்துவிட்டார்கள்.

இந்தச் சம்பவத்தைச் சற்றுக் கவனித்துப் பாருங்கள். மகாத்மா காந்தியிடம் பாரதியார் இம்மாதிரி நடந்துகொண்டிருக்கப்படாது என்று சிலர் எண்ணலாம்.

நாற்காலி இல்லாத இடத்தில் பாரதியார் நின்று கொண்டு விண்ணப்பம் செய்துகொள்கிறதா? ராஜாஜி போன்றவர்கள் பாரதியார் வந்ததும், அவரை அழகாக, காந்திக்கு அறிமுகப்படுத்தியிருக்க வேண்டுமல்லவா? அவர்களுடைய மௌனத்திலிருந்தும், அனாயாசமாகப் பாரதியார் உள்ளே நுழைந்ததிலிருந்தும் காந்தி கூடுமான வரையில் சரியாகப் பாரதியாரை மதிப்பிட்டுவிட்டார்.

இல்லாவிட்டால், "இன்றைக்கு நமது அலுவல்கள் என்ன?" என்று மகாதேவைக் கேட்காமலே, 'இப்பொழுது முக்கியமான ஒரு ஜோலியைக் கவனித்துக் கொண்டிருக்கிறேன். இப்பொழுது என்னைத் தொந்தரவு செய்யாமல் இருந்தால் நலமாயிருக்கும்' என்று காந்தி சொல்லியிருக்கலாம். பாரதியாரும் குறிப்பறிந்து கொண்டு வெளியே போயிருப்பார்.

பாம்பின் கால் பாம்புக்குத் தெரியும் என்பார்கள். மேதாவியான காந்தி, மேதாவி பாரதியாரை, அவரது முகப்பொலிவிலிருந்தே தெரிந்துகொள்ள முடியாதா? மேலும், 'தங்கள் இயக்கத்தை ஆசீர்வதிக்கிறேன்' என்று உள்ளன்போடு பாரதியார் சொன்னபொழுது தமது இயக்கத்தை ஆசீர்வதிப்பதாகச் சொல்லக்கூடிய ஒருவர் பெரிய மனிதராகத்தான் இருக்க வேண்டும் என்று காந்தி முடிவு செய்துகொள்ள முடியாதா?

~~

3
இராஜாஜி

(இராஜாஜி பார்வையிட்டுத் திருத்திய
சித்திர பாரதி வடிவம்)

(பாரதி – மகாத்மா காந்தி சந்திப்புப் பற்றிய சந்தேகங்களை நிவர்த்தி செய்து, 'சித்திர பாரதி' பக்கத்தின் 'ப்ரூப்'பைத் திருத்திக்கொடுத்த அருந்தலைவர் இராஜாஜி அவர்களுக்கும் எனது உளமார்ந்த நன்றியைத் தெரிவித்துக்கொள்ளுகிறேன் – ரா.அ.ப. – நன்றியுரை, சித்திர பாரதி)

காந்திஜீயைச் சந்தித்தது

ரவுலட் சட்ட எதிர்ப்பு இயக்கத்தை ஆரம்பிக்குமுன் நாட்டின் பல பாகத்திலுமுள்ள தலைவர்களைக் கலந்துகொண்டார் மகாத்மா காந்தி. இது சம்பந்தமாக 1919 மார்ச்சில் காந்திஜீ சென்னைக்கும் வந்தார்.

சென்னையில் காந்திஜீ ராஜகோபாலாச்சாரியாரின் விருந்தினராக, கதீட்ரல் ரோடு இரண்டாம் நம்பர் பங்களாவில் தங்கியிருந்தார். காந்திஜீயின் இந்த விஜயத்தின்போது பாரதியும் அவரும் சந்தித்தார்களென வ.ரா. கூறுகிறார். ராஜாஜியும் இதை ஊர்ஜிதம் செய்கிறார். இந்தச் சந்திப்பு வெகு சுவாரஸ்யமான சம்பவம்.

பகல் சுமார் இரண்டு மணி. காந்திஜீ ஒரு கட்டிலில் மெத்தை மேல் சாய்ந்தவண்ணம் தம்

---

* சித்திர பாரதி, ப. 142.

காரியதரிசி மகாதேவ் தேசாய்க்கு ஏதோ சொல்லிக்கொண்டிருந்தார். சேலம் பாரிஸ்டர் ஆதிநாராயண செட்டியார் குடகுக் கிச்சிலிப் பழங்களை உரித்துப் பிழிந்து காந்திஜீ அருந்துவதற்காகப் பழரசம் தயாரித்துக்கொண்டிருந்தார். அறையில் ஒரு பக்கம் 'சுதேசமித்திரன்' ஆசிரியர் ஏ. ரங்கஸ்வாமி ஐயங்காரும், எஸ். ஸத்தியமூர்த்தியும் சுவரில் சாய்ந்து நின்று கொண்டிருந்தார்கள். எதிரே ராஜாஜியும் மற்றும் சிலரும் நின்று கொண்டிருந்தனர். அறையில் வாயில் காப்போனாக வ.ரா. நின்றுகொண்டிருந்தார். யாரையும் உள்ளே விட வேண்டாம் என்று கண்டிப்பான உத்தரவு.

அச்சமயம் பாரதி அங்கே வந்தார். புதுவையில் தமக்கு அறிமுகமான வ.ரா. நிற்பதைக் கண்டு 'என்ன ஓய்!' என்று சொல்லிக்கொண்டே அறைக்குள் நுழைந்துவிட்டார்.

பாரதி நேரே காந்திஜீயை வணங்கிவிட்டு அவர் பக்கத்தில் மெத்தையில் உட்கார்ந்துவிட்டார். 'மிஸ்டர் காந்தி! இன்று மாலை ஐந்தரை மணிக்குத் திருவல்லிக்கேணி கடற்கரையில் ஒரு கூட்டத்தில் பேசப்போகிறேன். அக்கூட்டத்துக்குத் தாங்கள் தலைமை வகிக்க முடியுமா?' என்று கேட்டார்.

அன்று மாலை தமக்கு என்ன அலுவல் என்று காந்திஜீ மகாதேவ் தேசாயைக் கேட்டார். வேறு ஒரு அலுவல் இருந்தது.

'இன்றைக்கு நான் வர இயலாது. தங்கள் கூட்டத்தை நாளைக்கு ஒத்திப் போட முடியுமா?' என்றார் காந்திஜீ.

'முடியாது. நான் போய்வருகிறேன். மிஸ்டர் காந்தி, தாங்கள் ஆரம்பிக்கப் போகும் இயக்கத்தை நான் ஆசீர்வதிக்கிறேன்' என்று சொல்லிவிட்டு பாரதி வெளியே போய்விட்டார்.

பாரதி போனதும், காந்திஜீ, 'இவர் யார்?' என்று வினவினார். யாரும் பதில் சொல்லவில்லை. ராஜாஜிதான், 'இவர் எங்கள் தமிழ்நாட்டுத் தேசியக்கவி' என்று அழகுறச் சொன்னார்.

இதைக் கேட்ட காந்தியடிகள், 'இவரைப் பத்திரமாய்ப் பாதுகாக்க வேண்டும். இதற்குத் தமிழ்நாட்டில் எவரும் இல்லையா?' என்றாராம்.

இந்தச் சம்பவம் பாரதியின் சுபாவத்தையும் காந்திஜீயின் சுபாவத்தையும் நன்கு காட்டுகிறது. மற்றவர்களெல்லாம் பயபக்தியுடன் நின்று கொண்டிருக்கையில் சரிசமமாய் காந்திஜீயுடன் பாரதி அமர்ந்தது அங்கிருந்த பலருக்குத் திகைப்பை அளித்திருக்கக்கூடும். மேலும், காந்திஜீயின் இனிவரும் இயக்கத்துக்கு பாரதி ஆசீர்வாதம் செய்ததும் அங்குள்ளோருக்கு

விசித்திரமாகப் பட்டிருக்கலாம். ஆனால், காந்திஜீக்கோ அப்படித் தோன்றவில்லை. இந்த மேதையைக் காப்பது உங்கள் கடமையல்லவா என்று ஒரே வாக்கியத்தில் தமிழ்நாட்டுக்கு அதன் கடமையை நினைவுறுத்திவிட்டார். காந்திஜீயைச் சந்தித்த அந்தக் காலத்தில் பாரதி வேதாந்தம் முற்றிய பித்த சந்நியாசிபோல் இருந்தாரென ராஜாஜி சொல்கிறார். உடலிலும் மனதிலும் அவர் அனுபவித்த வேதனை அவரை அப்படி ஆக்கிவிட்டன போலும்!

பாரதி 1909இலேயே மகாத்மா காந்தியின் மேன்மையை நன்கறிந்திருந்தார். 1919–20இல் அவர் பாடியுள்ள 'வாழ்க நீ எம்மான்' என்ற பாடலிலும் இது புலனாகிறது.

தமிழ்நாட்டுத் தலைவர்களில் பாரதி வெகு நாளாய் அறிந்தவர் ராஜகோபாலாச்சாரியார். 1907இல் சூரத் காங்கிரசுக்குச் சென்ற சென்னைப் பிரதிநிதிகளில் அவர் ஒருவர். பாரதி புதுச்சேரியில் இருந்த சமயம் அவரைப் போய்ப் பார்த்துவந்திருக்கிறார் ராஜாஜி. புதுவையிலிருந்து திரும்பி, மீண்டும் சென்னைக்கு வந்தபோது அவரை ரயில் ஸ்டேஷனில் வரவேற்றவர்களில் ராஜாஜி ஒருவர். காந்திஜீயிடம், 'இவர் எங்கள் தமிழ்நாட்டுத் தேசியக் கவி' என்று ரத்தினச் சுருக்கமாகச் சொல்லித் தமிழர் மானத்தைக் காத்த இவரே, பாரதி காலமான பிறகு (1928இல்) சில பாரதி பாடல்களை ஆங்கிலத்தில் மொழிபெயர்த்து மகாத்மா காந்தியின் 'யங் இந்தியா' பத்திரிகையில் பாரதியின் மேதையை விளம்பரப்படுத்தினார்.

~~

பிறர் பதிவுகள்

1
பாரதிதாசன்

சுதேசமித்ரன் ஆசிரியர் பாரதி வீட்டில்

பாரதியிடம் நேரில் சுதேசமித்திரன் ஆசிரியர் வந்திருக்கும் சேதி அவ்வூர்ப் பெரிய மனிதரையும் படித்தவர்களையும் ஒரு கலக்கு கலக்கிவிடுகிறது.

எட்டியாபுரத்தில் பாரதி பிறந்தது, எட்டியாபுரத்துக்கே சரித்திரப் புகழ் என்றனர் படித்தவரும் செல்வர்களும்.

பாரதியும் ஆசிரியரும்

ஆசிரியர்: கனம் பாரதி அவர்களே
 சுதேசமித்ரன் விழுந்துவிட்டது.

பாரதி: காரணம்?

ஆசிரியர்: நான் காந்தி ஒத்துழையாமையை ஆதரிக்கவில்லை.

பாரதி: ஆதரிக்க வேண்டும்

ஆசிரியர்: இங்கிலீஷ்காரன் எரிச்சலுக்கு ஆளாகவேண்டும்.

பாரதி: அதைப் பார்த்தால் – சுதேசமித்ரன் வீழ்ச்சிக்கு வருந்தலாகாது.

ஆசிரியர்: உங்களிடம் வந்தது சுதேசமித்ரனைக் காப்பாற்ற வேண்டும் என்பதற்காகத்தான்.

---
* பாட்டுப் பறவைகள், பக். 209–213.

பாரதி: என்னால் என்ன செய்ய முடியும் என்கிறீர்கள்.

ஆசிரியர்: துணையாசிரியராக – காரியாலயத்திலிருந்து வீழ்ந்த மித்ரனை எழுப்ப வேண்டும்.

பாரதி: ஒத்துழையாமையை ஆதரித்துத்தான் எழுதுவேன்.

ஆசிரியர்: (வெகுவாக யோசித்து) சரி– உடனே சென்னைக்குக் குடும்பத்தோடு புறப்பட வேண்டுமே.

பாரதி: இங்கே கொடுக்க வேண்டியது வாங்க வேண்டியது இருக்கும். திடீரென்று கிளம்ப– –?

ஆசிரியர்: எதற்கும் யோசிக்க வேண்டாம் ஆயிர ரூபாய் முன் பணமாக வைத்துக் கொள்ளுங்கள்.

பாரதி: சரி

சென்னையில் காந்தி

காந்தி, இராஜகோபாலாச்சாரி, காந்தி பிரவேட் செக்றடெரி – பிறர் உட்கார்ந்திருக்கிறார்கள். வெளியில் பெருமக்கள் காத்திருக்கிறார்கள்.

பாரதி திடீரென்று அங்கு வருகிறார். காந்திக் கென்று போட்டிருந்த மெத்தையில் ஒரு புறம் வந்து குந்துகிறார் ஒருவரும் ஒன்றும் சொல்லவில்லை. பாரதி பேச்சைத் தொடங்குகின்றார்.

பாரதி: மகாத்மா காந்தி அவர்களே, நான் ஒரு கூட்டம் போடுகிறேன். நீங்கள் அந்தக் கூட்டத்திற்குத் தலைமை ஏற்க வேண்டும்.

காந்தி: என்றைக்கு? எப்போது?

பாரதி: இன்று மாலை.

காந்தி: நண்பர் தேசாய், வேறு எங்கேயாவது போக வேண்டியதிருக்கிறதா பாரும்.

தேசாய்: வேறு முக்கியமாகப் போக வேண்டியதிருக்கிறது.

காந்தி: வேறுநாள் குறிப்பிடுங்கள்.

பாரதி: எல்லா ஏற்பாடும் செய்தாய் விட்டது. வேறு நாளைக்கு மாற்றமுடியாது. உங்கள் பெருமுயற்சி வெற்றியடைக.

(பாரதி போகின்றார்)

காந்தி: (இராஜாஜியை நோக்கி) இவர் யார்?

இராஜாஜி: இவர் ஒரு தமிழ்க் கவிஞர். இவர் முன்கூட்டியே கூட்டம் நடத்தும் நேரத்தை நிகழ்ச்சி நிரலில் சேர்த்திருக்க வேண்டும்.

காந்தி: நம் முயற்சியை ஆதரிக்கிறவர்தாமே.

இராஜாஜி: ஆம்

காந்தி: அப்படி இருக்க அவரைப் புறக்கணிக்கலாமா? உங்களை அவர் முன் கூட்டியே அணுக எண்ணாததற்குக் காரணம் என்ன? எல்லாரையும் கூட்டிக் கொண்டு செல்வதன் மூலமே நம் முயற்சியில் வெற்றி பெற முடியும்.

கடற்கரையில் கூட்டம்

பெருமக்களின் முன் பாரதி பேசுகிறார்

தேச சகோதரர்களே,

இருள் கொண்ட நெஞ்சங்களின் எதிரில் மகாத்மா காட்சியளிக்க வேண்டும். இந்த வகையில் அவருக்கு நேரமில்லை. அவர் இங்கு வராவிட்டாலும் அதோ அவர் நம் முன் – நம் மனக் கண் முன் காட்சியளிக்கின்றார். மகாத்மா காந்தி வாழ்க.

மிதவாதியாக இருந்த மதன்மோகன் மாளவியாவும், அரசியலில் கலக்காத சங்கராச்சாரியாரும், இந்துக்களல்லாத முகமதியத் தலைவர்களான மகமத்அலி ஷவுகத் அலிகளும் மற்றும் எல்லாக் கட்சிக் காரர்களும் மகாத்மா காந்தியின் விடுதலைக் கட்சியில் சேர்ந்து சிறைக்கும் தயார் என்கிறார்கள். சென்னையும் – கட்சிகள் எல்லாம் ஒன்று சேர்வதால் உண்டாகும் புகழை அடைய வேண்டும். காந்தியின் ஒத்துழையாமை இயக்கம் ஒருவர் நலத்துக்காக அன்று – நாட்டின் விடுதலைக்கு.

உலகாண்ட பாரத நாடு ஆங்கிலேயரின் அடிமையாக இருப்பதால் யாருக்கும் பெருமையில்லை.

நாம் உலகில் மக்களினத்தைச் சேர்ந்தவர்கள் என்பதை அறிவுடைய பண்டை மக்கள் என்பதையும் உலகுக்குக் காட்ட வேண்டாமா?

ஒன்றுபடுவோம்., நன்று பெறுவோம்

(பாட்டு)

ஜெய பேரிகை கொட்டடா....

(கை தட்டல்)

வக்கீல் துரைசாமி ஐயர் வீட்டில்
நண்பர் கூட்டம்
பாரதி பேசுகிறார்

ஒத்துழையாமை இயக்கம் நாம் இழந்த உரிமையை மீட்கத் தோன்றிய ஒரு பேராற்றல்.

இதில் யாருக்கும் சந்தேகம் வேண்டாம். மனிதன் செத்தால் அவன் மீண்டும் பிறக்கின்றான். ஆதலால் சாக அஞ்சாதே. அடி இங்கிலீஷ்காரனை – என்றார் திலகர்.

அஹிம்ஸையால் – தன்னல மறுப்பால் நாட்டில் ஒற்றுமையை வளர்த்து ஆங்கிலேயனை ஓட்டம் பிடிக்க வைப்போம் என்கிறார் மகாத்மா காந்தி.

திலகர் முயற்சி பயனளிக்கவில்லை. அவரும் ஆயுளை முடித்துக் கொண்டார். காந்தி முயற்சியில் நமக்கு நம்பிக்கை ஏற்படுகின்றது. விடுதலை முயற்சி கட்டாயம் வெற்றி தரும் என்று நாம் ஒவ்வொருவரும் நம்ப வேண்டும்.

நம் பேச்சும் மனமும் மூச்சும் எப்போதும் எவ்விடத்திலும் காந்தியின் இயக்கத்தின் அவசியத்தை மக்களுக்கு எடுத்துக் காட்ட வேண்டும்.

(அனைவரும் கை தட்டல்)

~~

2

க.நா.சு.

இதையொட்டி ராஜாஜி பற்றி இன்னொரு விஷயமும் சொல்லலாம் என்று தோன்றுகிறது.

சாதாரணமாக எல்லோருமே பாரதியாரும் மகாத்மா காந்தியடிகளும் சந்தித்த சந்தர்ப்பம் பற்றிக் கேள்விப்பட்டிருப்பார்கள். தங்கி இருந்த வீட்டில் மகாத்மா காந்தியைப் பாரதி சந்தித்து படபடவென்று அன்று மாலை தான் பேசவிருந்த கூட்டத்துக்குத் தலைமை தாங்க வேண்டும் என்று கேட்டுக் கொண்டதாகவும், காந்தி தன் காரியதரிசியைக் கலந்துவிட்டு அன்று வேறு வேலை இருக்கிற தென்று சொன்னதாகவும், அதற்கு, "அது உமது துரதிர்ஷ்டம்" என்று சொல்லி விட்டுப் போய்விட்டதாகவும் சொல்லுவார்கள். இது வரையில் தெரிகிறது. அதற்குப் பிறகு, அது யார் என்று காந்தி விசாரித்ததாகவும், யார் என்று தெரிந்து கொண்டவுடன் காந்தி, "இந்த மாதிரி ஆத்மாக்கள் போஷிக்கப்பட வேண்டும்" என்று சொன்னதாகவும் நமக்குத் தெரிகிறது.

பாரதியாரைப் பற்றி என்ன ராஜாஜி சொல்லியிருந்தால் இந்த காந்தியின் பதில் பொருத்தமாக இருக்கும் என்பது பற்றி யூகிக்கலாமே தவிர தகவல் எதுவும் இல்லை. சற்று அலட்சியமாக ஏதோ ராஜாஜி கூறியிருந்தால் தான் இந்தப் பதில் வந்திருக்கும் என்று என்னால் யூகிக்க முடிகிறது. அப்படி என்ன சொன்னார் என்பதை ராஜாஜியின் நூலிலோ அல்லது செல்லம்மாள் பாரதியின் நூலிலோ காண இயலவில்லை என்பது என் நினைப்பு. ராஜாஜியையே ஒரு தரம் கேட்டுப் பார்த்து ஏமாந்து விட்டேன். அந்தக் கேள்விக்கு அவர் பதில் தரவில்லை. என்ன சொன்னோம் என்று அவருக்கு நினைப்பிருந்ததில்லை என்பதே என் நினைப்பு.

~~

---

* இலக்கிய விமர்சனங்கள் க.நா.சு. கட்டுரைகள்- II, பக். 2, 3.

துணைநூற்பட்டியல்

நூல்கள்

அமிர்தா, ஸ்ரீ அரவிந்த தரிசனம் (அமுதன் நினைவு அஞ்சலி), ஸ்ரீ அரவிந்த ஆசிரமம், புதுச்சேரி, முதற்பதிப்பு: 1985, இரண்டாவது அச்சு: 1998, இரண்டாவது அச்சு: 2009.

கல்கி, பாரதி பிறந்தார், அல்லயன்ஸ் கம்பெனி, சென்னை, முதற்பதிப்பு: 1946 இரண்டாம் பதிப்பு: 2014.

குப்புசாமி செட்டியார், நல்லி (தொகுப்பு), பாரதியார் கதைக் களஞ்சியம், வெளியீடு: ஸ்ரீ புவனேஸ்வரி பதிப்பகம், சென்னை, முதற்பதிப்பு: 2012.

கேசவன், கோ., பாரதியும் அரசியலும், அலைகள் வெளியீட்டகம், சென்னை, முதற்பதிப்பு: டிசம்பர் 1991.

சண்முக சுந்தரம், காவ்யா, (தொகுப்பாசிரியர்), இலக்கிய விமர்சனங்கள் க.நா.சு. கட்டுரைகள் – II, காவ்யா, சென்னை, முதற்பதிப்பு: 2005.

சுப்பிரமணிய பாரதி, சி., பாரதி நூல்கள் – நான்காம் பகுதி, வசனம் (அரசியல்), தமிழ்நாடு அரசாங்கம், 1963.

சுப்பிரமணிய பாரதி, சி., ஸ்ரீ பாரத மாதா நவரத்ன மாலை, சென்னை, 8 சூலை, 1921.

தூரன், பெ., (தொகுத்துப் பதிப்பித்தது), பாரதி தமிழ், அமுத நிலையம் லிமிடெட், சென்னை, முதற்பதிப்பு: அக்டோபர், 1953.

பத்மநாபன், ரா.அ., சித்திர பாரதி, காலச்சுவடு பதிப்பகம், நாகர்கோவில், முதற்பதிப்பு: 1957, காலச்சுவடு முதற்பதிப்பு: டிசம்பர் 2006, இரண்டாம் பதிப்பு: டிசம்பர் 2010.

மணி, பெ.சு., பாரதியியல் ஆய்வுக் கட்டுரைகள் (பாகம் இரண்டு), பூங்கொடி பதிப்பகம், சென்னை, முதற்பதிப்பு: டிசம்பர் 2001.

மன்னர்மன்னன், பாட்டுப் பறவைகள், குயில் வெளியீடு, புதுச்சேரி, சூலை, 2009.

ரகுநாதன், *பாரதி: காலமும் கருத்தும்*, மீனாட்சி புத்தக நிலையம், மதுரை, முதற்பதிப்பு: டிசம்பர் 1982.

வ.ரா., *மகாகவி பாரதியார்*, பழனியப்பா பிரதர்ஸ், சென்னை, முதற்பதிப்பு: 1944, பதினொன்றாம் பதிப்பு: 1990.

விசுவநாதன், சீனி. (பதிப்பு), *கால வரிசைப்படுத்தப்பட்ட பாரதி படைப்புகள், மூன்றாம் தொகுதி*, வெளியீடு: சீனி. விசுவநாதன், சென்னை, முதற்பதிப்பு: டிசம்பர் 2002.

விசுவநாதன், சீனி. (பதிப்பு), *கால வரிசைப்படுத்தப்பட்ட பாரதி படைப்புகள், நான்காம் தொகுதி*, வெளியீடு: சீனி. விசுவநாதன், சென்னை, முதற்பதிப்பு: டிசம்பர் 2003.

விசுவநாதன், சீனி. (பதிப்பு), *கால வரிசைப்படுத்தப்பட்ட பாரதி படைப்புகள், ஐந்தாம் தொகுதி*, வெளியீடு: சீனி. விசுவநாதன், சென்னை, முதற்பதிப்பு: டிசம்பர் 2004.

விசுவநாதன், சீனி. (பதிப்பு), *கால வரிசைப்படுத்தப்பட்ட பாரதி படைப்புகள், ஆறாம் தொகுதி*, வெளியீடு: சீனி. விசுவநாதன், சென்னை, முதற்பதிப்பு: டிசம்பர் 2005.

விசுவநாதன், சீனி. (பதிப்பு), *கால வரிசைப்படுத்தப்பட்ட பாரதி படைப்புகள், எட்டாம் தொகுதி*, வெளியீடு: சீனி. விசுவநாதன், சென்னை, முதற்பதிப்பு: டிசம்பர் 2007.

விசுவநாதன், சீனி. (பதிப்பு), *கால வரிசைப்படுத்தப்பட்ட பாரதி படைப்புகள், ஒன்பதாம் தொகுதி*, வெளியீடு: சீனி விசுவநாதன், சென்னை, முதற்பதிப்பு: டிசம்பர் 2008.

விசுவநாதன், சீனி. (பதிப்பு), *கால வரிசைப்படுத்தப்பட்ட பாரதி படைப்புகள், பன்னிரண்டாம் தொகுதி*, வெளியீடு: சீனி. விசுவநாதன், சென்னை, முதற்பதிப்பு: டிசம்பர் 2010.

விசுவநாதன், சீனி. (பதிப்பு), *கால வரிசையில் பாரதி பாடல்கள்*, வெளியீடு: சீனி. விசுவநாதன். சென்னை, முதற்பதிப்பு: ஏப்ரல் 2012, மறு அச்சு: மே 2013.

வீரமணி, கி. (தொகுப்பாசிரியர்), *பெண்ணுரிமை (தந்தை பெரியாரின் கருத்துரைகள்)*, பாரதியார் பல்கலைக்கழகம், கோவை, முதற்திப்பு: 2007.

வேங்கடாசலபதி, ஆ.இரா. (பதிப்பாசிரியர்), *பாரதியின் கருத்துப் படங்கள், 'இந்தியா' 1906–1910*, விற்பனை உரிமை: நர்மதா பதிப்பகம், சென்னை, முதற்பதிப்பு: டிசம்பர் 1994.

ஸ்ரீநிவாஸ சாஸ்திரி, வ.ச., *என் வாழ்க்கையின் அம்சங்கள்,* கலைமகள் வெளியீடு, சென்னை, முதற்பதிப்பு: *1954.*

Agni and other Poems and Translations & Essays and other Prose Fragments by C. Subrahmanya Bharati, Editor: C. Visvanatha Ayyar, Publisher: A. Natarajan, Madras, 1980.

Bharati -The Tamil Poet, C. Rajagopalachari, Bharathi Tamil Sangham, Calcutta, 1979.

The Collected Works of Mahatma Gandhi (Electronic Book), New Delhi, Publications Division Government of India, 1999, 98 Volumes.

The Mahatma and The Poet - Letters and Debates Between Gandhi and Tagore 1915 - 1941, Compiled and Edited with an Introduction by Sabyasachi Bhattacharya, National Book Trust, New Delhi, First Edition: 1997, Reprints: 1999, 2001, 2005, 2008, 2011, 2015.

இதழ்கள்

இந்தியா, 17-10-1908, 5-12-1908, 2-1-1909, 7-8-1909, 14-8-1909, 21-8-1909.

சுதேசமித்திரன், 22-2-1916, 8-3-1916, 18-3-1916, 17-1-1917, 3-5-1918, 16-5-1918, 4-7-1918, 18-3-1920, 1-9-1920, 22-11-1920, 30-11-1920, 9-12-1920, 11-1-1921, 18-1-1921, 10-2-1921, 14-2-1921, 5-5-1921, 19-7-1921, 11-8-1921.

விஜயா, 26–2–1910.

Indian Opinion, Weekly, 20-8-1910, 27-8-1910, Printed & Published by M.K. Gandhi, International Printing Press, Phoenix, Natal.

Young India, A Weekly Journal, Edited by M.K. Gandhi, Ahmedabad,13-12-1928, 3-1-1929, 17-1-1929, 24-1-1929.